Tiếng Nhật sơ cấp 2

# 日本語初級 ②

だいち
大地

Phiên bản tiếng Việt

Giải thích và dịch mẫu câu

文型説明と翻訳〈ベトナム語版〉

山崎佳子・石井怜子・佐々木 薫・高橋美和子・町田恵子

スリーエーネットワーク

©2018 by 3A Corporation

All rights reserved. No part of this publication may be reproduced, stored in a retrieval system, or transmitted in any form or by any means, electronic, mechanical, photocopying, recording, or otherwise, without the prior written permission of the Publisher.

Published by 3A Corporation.
Trusty Kojimachi Bldg., 2F, 4, Kojimachi 3-Chome, Chiyoda-ku, Tokyo 102-0083, Japan

ISBN978-4-88319-759-0 C0081

First published 2018
Printed in Japan

# Thân gửi bạn đọc!

Cuốn sách này là giáo trình bổ sung cho cuốn "Tiếng Nhật sơ cấp 2 Daichi- Bản chính", có phần dịch hội thoại, từ mới, giải thích ngữ pháp và phần từ và thông tin văn hóa liên quan của Bản chính. Bạn đọc hãy dùng cuốn sách này để dùng kết hợp kèm với Bản chính.

## Nội dung cuốn sách:

1. Thân gửi bạn đọc!
2. Mục lục
3. Giải thích các ký hiệu trong bài
4. Giới thiệu nhân vật
5. Các bài học (23 − 42)

## Nội dung trong mỗi bài học:

**Hội thoại:** Phần dịch hội thoại.

**Từ vựng:** Từ mới được liệt kê chia nhóm theo thứ tự từ loại: danh từ, động từ, tính từ, danh từ riêng, v.v... Tiếp đó là các từ làm tiêu đề chẳng hạn như các từ hay bảng biểu có trong hình vẽ. Dấu * biểu thị các từ hay cách nói liên quan đến từ đã được học trong bài.

**Giải thích ngữ pháp:** Là phần giải thích cho các mẫu ngữ pháp được giới thiệu trong từng bài học. Điều này giúp cho chúng ta hiểu về ngữ pháp mới khi chuẩn bị trước cho tiết học hoặc ôn tập lại bài học.

**Từ và thông tin văn hóa:**

Đây là các từ vựng hoặc một số thông tin văn hóa có liên quan tới bài học. Phần này sẽ giúp người học mở rộng kiến thức và hiểu sâu hơn về chủ đề bài học.

# Mục lục

Thân gửi bạn đọc! ....................................................................... 3

Giải thích các ký hiệu trong bài ............................................. 12

Giới thiệu nhân vật ................................................................. 14

## 23 Đi qua cầu thì bên trái có một cái công viên. ............ 17

**Giải thích ngữ pháp**

Sự biến đổi trạng thái 1

Câu điều kiện 2

いA く／な A に／N になります，V dic. と、S

**Từ và thông tin văn hóa:** Thời tiết

## 24 Vườn bách thú này ban đêm cũng mở cửa. ............... 23

**Giải thích ngữ pháp**

Thể khả năng

Sự biến đổi trạng thái 2

Thể khả năng，N1 は N2 が V(thể khả năng)，

V(thể khả năng) dic. ようになります，V(thể khả năng) なくなります

**Từ và thông tin văn hóa:** Động vật

## 25 Đã quyết định sẽ làm cái gì chưa? ............................ 32

**Giải thích ngữ pháp**

Lý do

S1(thể thường) ので、S2，S(đi cùng với từ để hỏi/thể thường) か、～，

S(thể thường) かどうか、～

**Từ và thông tin văn hóa:** Thông tin bất động sản

## 26 Tôi đã nhận nó khi tham gia đợt tập trung tập luyện bóng đá. .... 39

**Giải thích ngữ pháp**

Cách nói về thời gian

Nghĩa vụ

S1 とき、S2，V dic.／V たとき、S，V なければなりません

**Từ và thông tin văn hóa:** Cơ quan hành chính

## 27 Bạn bị sốt từ khi nào vậy? ....................................... 45

**Giải thích ngữ pháp**

んです

S(thể thường) んです，V1 ながら V2

**Từ và thông tin văn hóa:** Thuốc và các khoa

**まとめ 5** ............................................................................. 52

4

## 28　**Trời mọc sao.** ⸺⸺⸺⸺⸺⸺⸺⸺⸺⸺⸺⸺⸺⸺⸺⸺ 53

**Giải thích ngữ pháp**

Trạng thái 1

Truyền đạt lại lời nói

　Ｎ が Ｖ ています，Ｓ(thể thường) そうです，い Ａ く／な Ａ に Ｖ

**Từ và thông tin văn hóa:** Thiên tai, thảm họa

## 29　**Nó vừa là công việc có trách nhiệm,** ⸺⸺⸺⸺⸺⸺ 61
　　**mình vừa có thể thu được kinh nghiệm mới...**

**Giải thích ngữ pháp**

Liệt kê

Quyết định

　Ｓ(thể thường) し、～，Ｖ dic.／Ｖ ないことにしました，

　Ｖ dic.／Ｖ ないことになりました，Ｖ dic.／Ｖ ないことになっています

**Từ và thông tin văn hóa:** Thông tin tuyển người

## 30　**Tôi định vào trường dạy nghề làm bánh kẹo.** ⸺⸺⸺ 67

**Giải thích ngữ pháp**

Thể ý chí

Mục đích 1

　Thể ý chí，Ｖ(thể ý chí) と思っています，Ｖ dic.／Ｎ のために、Ｓ

**Từ và thông tin văn hóa:** Giao thông và khẩu hiệu

## 31　**Từ giờ cho đến ngày mai tôi sẽ xem cho.** ⸺⸺⸺⸺ 73

**Giải thích ngữ pháp**

Chuẩn bị

Trạng thái 2

　Ｖ ておきます，Ｎ が Ｖ てあります，Ｖ／い Ａ／な Ａ すぎます，

　い Ａ く／な Ａ に／Ｎ にします

**Từ và thông tin văn hóa:** Tiệm làm tóc/Cửa hàng cắt tóc

## 32　**Không nên gọt vỏ táo nhỉ!** ⸺⸺⸺⸺⸺⸺⸺⸺⸺⸺⸺ 79

**Giải thích ngữ pháp**

Khuyên nhủ

Phỏng đoán 1

Tình trạng phụ thuộc

　Ｖ た／Ｖ ないほうがいいです，Ｓ(thể thường) かもしれません，

　V1 て／V1 ないで V2

**Từ và thông tin văn hóa:** Khám sức khỏe và bệnh tật

### まとめ **6** ⸺⸺⸺⸺⸺⸺⸺⸺⸺⸺⸺⸺⸺⸺⸺⸺⸺⸺⸺⸺⸺ 85

5

## 33 Nếu có xe thì tiện. ......................................................... 86
**Giải thích ngữ pháp**
Thể điều kiện
Thể điều kiện，S1(thể điều kiện)、S2，S(thể thường) でしょう
**Từ và thông tin văn hóa:** Sơ yếu lý lịch

## 34 Bị thua mất rồi. ........................................................... 94
**Giải thích ngữ pháp**
Hoàn thành
Danh từ hóa động từ
V てしまいます，V1 たまま V2，
V dic. のは／ V dic. のが A，S(thể thường) のを V
**Từ và thông tin văn hóa:** Từ tượng hình

## 35 Tôi đều cố gắng mang ô đi theo. ........................... 101
**Giải thích ngữ pháp**
Mục đích 2
V dic. ／V ないように，S，V dic. ／V ないようにしています，
V dic. の／ N に S，V にくい／V やすいです
**Từ và thông tin văn hóa:** Tín vật cầu may

## 36 Được dịch ra nhiều thứ tiếng. .................................. 107
**Giải thích ngữ pháp**
Thể bị động
Thể bị động，N1(người) は N2 に V(thể bị động)，
N1(người) は N2 に N3(vật) を Vt(thể bị động)，
N(vật/sự việc) が V(thể bị động)
**Từ và thông tin văn hóa:** Các ngành kinh tế

## 37 Có vẻ thú vị nhỉ! ......................................................... 115
**Giải thích ngữ pháp**
Trạng thái
Dự đoán
い A〜／な A ／ V そうです，V dic. ／ V ている／ V たところです，
V てみます
**Từ và thông tin văn hóa:** Biểu đồ và tính toán

### まとめ **7** ............................................................................. 122

6

## 38 Có nghĩa là hãy chú ý lũ khỉ. ⋯⋯⋯⋯ 123
**Giải thích ngữ pháp**
Thể mệnh lệnh và thể cấm đoán
Thể mệnh lệnh và thể cấm đoán，V なさい，N は〜という意味です，
〜と言っていました
**Từ và thông tin văn hóa:** Biển báo

## 39 Cháu đã mua nó để định dùng khi đi du lịch, vậy mà... ⋯⋯⋯ 129
**Giải thích ngữ pháp**
Phỏng đoán 2
Việc diễn ra ngược lại "のに"
S(thể thường) ようです，S1(thể thường) のに、S2，V たばかりです
**Từ và thông tin văn hóa:** Tai nạn tàu điện

## 40 Cháu muốn cho con đến trường học thêm mà... ⋯⋯⋯ 135
**Giải thích ngữ pháp**
Thể sai khiến
Thể sai khiến，
N1(người) は N2(người) に N3(vật) を V(thể sai khiến)，
V(thể sai khiến) ていただけませんか
**Từ và thông tin văn hóa:** Cuộc sống đại học

## 41 Tiến sỹ đã từng nghiên cứu ở trường sau đại học. ⋯⋯⋯ 141
**Giải thích ngữ pháp**
Cách nói tôn kính
Tôn kính ngữ，động từ tôn kính，お V になります，
お V ください，Thể tôn kính
**Từ và thông tin văn hóa:** Du lịch

## 42 10 năm trước tôi đến Nhật Bản. ⋯⋯⋯⋯⋯ 149
**Giải thích ngữ pháp**
Cách nói khiêm nhường
Khiêm nhường ngữ，động từ khiêm nhường，お／ご V します
**Từ và thông tin văn hóa:** Những câu nói trong cửa hàng

**まとめ 8** ⋯⋯⋯⋯⋯⋯ 155

**巻末** ⋯⋯⋯⋯⋯⋯ 156

# Các nội dung học của tiếng Nhật sơ cấp 1

Đặc điểm của tiếng Nhật
**はじめましょう**

## 1 **Tôi là Lin Tai.**
**Giải thích ngữ pháp**
Câu có danh từ làm vị ngữ 1: Khẳng định và phủ định phi quá khứ
N1 は N2 です，N じゃ ありません，S か
**Từ và thông tin văn hóa:** Nghề nghiệp/Sở thích

## 2 **Đó là đĩa CD gì?**
**Giải thích ngữ pháp**
Từ chỉ định 1: これ，それ，あれ
これ／それ／あれ，この N ／その N ／あの N
**Từ và thông tin văn hóa:** Thực đơn

## 3 **Đây là trường đại học Yuri.**
**Giải thích ngữ pháp**
Từ chỉ định 2: ここ，そこ，あそこ
ここ／そこ／あそこ，N1 は N2(địa điểm) です
**Từ và thông tin văn hóa:** Sơ đồ khuôn viên trường đại học

## 4 **Ngày mai bạn làm gì?**
**Giải thích ngữ pháp**
Câu có động từ làm vị ngữ 1: Khẳng định và phủ định phi quá khứ
N を V ます，V ません，N(địa điểm) で V ます
**Từ và thông tin văn hóa:** Đồ ăn

## 5 **Sydney bây giờ là mấy giờ?**
**Giải thích ngữ pháp**
Câu có động từ làm vị ngữ 2: Khẳng định và phủ định quá khứ
Cách nói về thời gian
V ました，V ませんでした，—時— 分，N(thời gian) に V ます
**Từ và thông tin văn hóa:** Võ đạo

## 6 **Đi Kyoto.**
**Giải thích ngữ pháp**
Câu có động từ làm vị ngữ 3: 行きます／来ます／帰ります
N(địa điểm) へ 行きます／来ます／帰ります，
N(thời gian) に 行きます／来ます／帰ります，
N(phương tiện) で 行きます／来ます／帰ります
**Từ và thông tin văn hóa:** Các ngày lễ của Nhật Bản

## まとめ 1

### 7 Bức ảnh đẹp nhỉ!
**Giải thích ngữ pháp**
Câu có tính từ làm vị ngữ 1: Khẳng định và phủ định phi quá khứ
　N は い A ／ な A です， N は い A くないです／な A じゃ ありません
**Từ và thông tin văn hóa:** Di sản thế giới

### 8 Núi Phú Sĩ nằm ở đâu?
**Giải thích ngữ pháp**
Câu biểu thị sự tồn tại
　N1(địa điểm) に N2 が あります／います，
　N1 は N2(địa điểm) に います／あります
**Từ và thông tin văn hóa:** Thiên nhiên

### 9 Cậu thích môn thể thao nào?
**Giải thích ngữ pháp**
Câu có bổ ngữ được đánh dấu bằng "が"
　N が 好きです／嫌いです／上手です／下手です，
　N が 分かります， S1 から、S2
**Từ và thông tin văn hóa:** Thể thao/Phim ảnh/Âm nhạc

### 10 Tôi học trà đạo từ chị Watanabe.
**Giải thích ngữ pháp**
Câu có động từ làm vị ngữ 4: Động từ thể hiện đối tượng tiếp nhận và đưa ra hành động bằng trợ từ "に"
　N1 に N2(vật) を V
**Từ và thông tin văn hóa:** Chúc tung/Mừng tuổi/Thăm người ốm

### 11 Tokyo và Seoul thì ở đâu lạnh hơn?
**Giải thích ngữ pháp**
So sánh
　N1 は N2 が A， N1 は N2 より A，
　N1 と N2 と どちらが A か， N1 で N2 が いちばん A
**Từ và thông tin văn hóa:** Vũ trụ

### 12 Chuyến du lịch thế nào?
**Giải thích ngữ pháp**
Câu có tính từ làm vị ngữ 2, câu có danh từ làm vị ngữ 2: Khẳng định và phủ định trong quá khứ
　い A かったです／な A でした／N でした，
　い A くなかったです／な A じゃ ありませんでした／N じゃ ありませんでした
**Từ và thông tin văn hóa:** Các sự kiện và lễ hội trong năm

## まとめ 2

9

## 13 Muốn ăn gì đó nhỉ.

**Giải thích ngữ pháp**

Thể ます

Nが 欲しいです, Nを Vたいです,

N1(địa điểm)へ V~~ます~~／N2に 行きます／来ます／帰ります

**Từ và thông tin văn hóa:** Giáo dục

## 14 Sở thích của tôi là nghe nhạc.

**Giải thích ngữ pháp**

Các nhóm động từ

Động từ nguyên thể

Hội thoại dùng thể văn phong bình thường 1

わたしの 趣味は V dic. こと／N です, V dic. こと／N が できます,

V1 dic.／N の まえに、V2

**Từ và thông tin văn hóa:** Cửa hàng tiện lợi

## 15 Bây giờ người khác đang dùng.

**Giải thích ngữ pháp**

Thể て 1

Hội thoại dùng thể văn phong bình thường 2

V て ください, V て います

**Từ và thông tin văn hóa:** Bếp

## 16 Tôi chạm vào nó có được không?

**Giải thích ngữ pháp**

Thể て 2

V ても いいです, V ては いけません, V1 て、(V2 て、) V3

**Từ và thông tin văn hóa:** Nhà ga

## 17 Đừng có quá sức nhé!

**Giải thích ngữ pháp**

Thể ない

Thể て 3

Hội thoại dùng thể văn phong bình thường 3

V ないで ください, V なくても いいです, V1 てから、V2

**Từ và thông tin văn hóa:** Máy tính và e-mail

## 18 Cậu đã từng xem Sumo bao giờ chưa?

**Giải thích ngữ pháp**

Thể た

Hội thoại dùng thể văn phong bình thường 4

V た ことが あります, V1 たり、V2 たり します, V1 た／N の あとで、V2

**Từ và thông tin văn hóa:** Các tỉnh thành Nhật Bản

## まとめ 3

**19　Tôi thấy nhà ga vừa sáng sủa vừa sạch sẽ.**
Giải thích ngữ pháp
Thể thường
Hội thoại dùng thể văn phong bình thường 5
　Thể thường と 思います，Thể thường と 言います
**Từ và thông tin văn hóa:** Cơ thể/Bệnh tật/Vết thương

**20　Đây là chiếc áo phông tôi nhận từ bạn gái.**
Giải thích ngữ pháp
Định ngữ
Câu định ngữ
**Từ và thông tin văn hóa:** Màu sắc/Hoa văn/Chất liệu

**21　Nếu trời mưa, tua sẽ bị hủy.**
Giải thích ngữ pháp
Câu điều kiện
　S1 たら、S2，V たら、S，S1 ても、S2
**Từ và thông tin văn hóa:** Các thời kỳ của Nhật Bản

**22　Chị đã nấu ăn cho tôi.**
Giải thích ngữ pháp
Câu có động từ làm vị ngữ 5: Động từ cho nhận
　N1(người) に N2(vật) を くれる，
　V て くれる，V て もらう，V て あげる
**Từ và thông tin văn hóa:** Thiệp chúc mừng năm mới

## まとめ 4
巻末

11

# Giải thích các ký hiệu trong bài

〔Ví dụ〕

**N** Danh từ

---

**V** Động từ

| V dic. | Nguyên thể (Thể từ điển) | 〔よむ〕 |
|---|---|---|
| Vます | Thể ます | 〔よみます〕 |
| V~~ます~~ | Gốc từ ở thể ます | 〔よみ〕 |
| Vましょう | V~~ます~~+ましょう | 〔よみましょう〕 |
| Vたい | V~~ます~~+たい | 〔よみたい〕 |
| Vながら | V~~ます~~+ながら | 〔よみながら〕 |
| Vにくい | V~~ます~~+にくい | 〔よみにくい〕 |
| Vなさい | V~~ます~~+なさい | 〔よみなさい〕 |
| おVください | お+V~~ます~~+ください | 〔およみください〕 |
| Vて | Thể て | 〔よんで〕 |
| Vた | Thể た | 〔よんだ〕 |
| Vたら | Vた+ら | 〔よんだら〕 |
| Vない | Thể ない | 〔よまない〕 |
| V~~ない~~ | Gốc từ ở thể ない | 〔よま〕 |
| Vなくなります | V~~ない~~+なくなります | 〔よまなくなります〕 |
| Vなければなりません | V~~ない~~+なければなりません | 〔よまなければなりません〕 |
| Vないで | Thể て của thể ない | 〔よまないで〕 |

---

**A** Tính từ

| いA | Tính từ đuôi い | 〔おおきい〕 |
|---|---|---|
| いA~~い~~ | Gốc từ của tính từ đuôi い | 〔おおき〕 |
| いAく | いA~~い~~+く | 〔おおきく〕 |
| なA | Tính từ đuôi な | 〔べんり〕 |
| なAに | なA+に | 〔べんりに〕 |

---

| S | Câu, vế câu | 〔わたしはがくせいです。〕 |
| | (có chủ ngữ và vị ngữ) | 〔いいてんきです〕が、 |
| | | 〔さむいです。〕 |
| S (Thể thường) | Thể thường của S | 〔わたしはがくせいだ。〕 |
| | | 〔いいてんきだ〕が、〔さむい。〕 |

* Trường hợp ngoại lệ trong bảng biến đổi đuôi 〔*いいです〕

* Từ và cách nói có liên quan đến những từ sẽ học 〔あさごはん*〕
  trong bài đó

○ Câu đúng 〔○カメラがかいたいです。〕

× Câu không đúng 〔×ゆきがふってください。〕

# Giới thiệu nhân vật

Giáo viên    Nhân viên văn phòng

Suzuki Kyoko
(Nhật Bản)    Tanaka Masao
(Nhật Bản)

Người quản lý ký túc xá

Iwasaki Ichiro
(Nhật Bản)

Ký túc xá Subaru

Kimura Harue
(Nhật Bản)

Kimura Hiroshi
(Nhật Bản)

Watanabe Aki
(Nhật Bản)

Le Thi An
(Việt Nam/kỹ sư)

Alain Malet
(Pháp/nhân viên ngân hàng)

Jose Carlos
(Peru/nhân viên công ty)

# 23 Đi qua cầu thì bên trái có một cái công viên.

## Hội thoại

Kimura: Alain, lâu lắm rồi mới gặp cậu nhỉ!

Malet: A, cô Kimura! Cô có khỏe không ạ? Thực ra, hôm nọ cháu vừa chuyển nhà xong. Ra một khu căn hộ mới xây gần đây ạ.

Kimura: Thế à? Nó ở đâu?

Malet: Ở Nishimachi 1-chome ạ. Cô đi thẳng đường này, đi qua cầu thì bên trái có một cái công viên. Khu căn hộ của cháu ở cạnh đấy ạ.

Kimura: Căn phòng mới chắc là dễ chịu hả?

Malet: Vâng ạ. Buổi sáng nghe thấy tiếng chim hót. Rồi từ cửa sổ nhìn thấy cả hoa anh đào của công viên nữa ạ.

Kimura: Thích nhỉ!

Malet: Khi nào phòng cháu sạch sẽ xong xuôi, mời cô đến chơi ạ!

Kimura: Cám ơn cậu!

## Từ vựng

| | | |
|---|---|---|
| おなか | | bụng |
| らくだ | | lạc đà |
| リサイクル | | tái chế |
| リサイクルこうじょう | リサイクル工場 | nhà máy tái chế |
| きっぷ | 切符 | vé |
| ていき | 定期 | định kỳ, vé tháng |
| けん | 券 | vé |
| ていきけん | 定期券 | vé tháng |
| ベンチ | | ghế dài, ghế băng |
| ペットボトル | | chai nhựa |
| あぶら | 油 | dầu, mỡ |
| てんぷらあぶら | 天ぷら油 | dầu rán Tempura |
| パック | | hộp |
| ぎゅうにゅうパック | 牛乳パック | hộp sữa |
| びん | 瓶 | bình |
| トイレットペーパー | | giấy toilet |
| どうろ | 道路 | đường |
| ざいりょう | 材料 | nguyên liệu |
| カーペット | | thảm |
| ボタン | | khuy áo, nút bấm |
| みぎ | 右 | phải |
| ふた | | vung, nắp |
| でんき | 電気 | điện |
| ひだり | 左 | trái |
| こうさてん | 交差点 | ngã tư, nút giao thông |
| しみん | 市民 | người dân thành phố, người dân |
| しみんびょういん | 市民病院 | bệnh viện thành phố |
| きせつ | 季節 | mùa |
| うき | 雨季 | mùa mưa |
| かんき | 乾季 | mùa khô |

| | | |
|---|---|---|
| ひさしぶり | 久しぶり | lâu, sau một thời gian dài |
| せんじつ | 先日 | hôm trước, hôm nọ |
| なる　Ⅰ | | trở nên, trở thành |
| でる　Ⅱ | 出る | ra, đi ra, xuất hiện |
| あく　Ⅰ | 開く | mở |
| つく　Ⅰ | | bật, sáng |
| ながれる　Ⅱ | 流れる | trôi |
| きえる　Ⅱ | 消える | tắt |
| まがる　Ⅰ | 曲がる | rẽ |
| わたる　Ⅰ | 渡る | qua, đi qua, băng qua (cầu, v.v. ＋を) |
| あずける　Ⅱ | 預ける | gửi |
| つづく　Ⅰ | 続く | tiếp tục |
| きこえる　Ⅱ | 聞こえる | nghe thấy |
| きたない | 汚い | bẩn |
| じょうぶ[な] | 丈夫[な] | bền, dẻo dai |
| ～め | ～目 | thứ ～ (vĩ tố biểu thị số thứ tự) |
| ―ちょうめ | ―丁目 | khu ― (dùng để biểu thị các phân khu của phố) |
| まっすぐ | | thẳng |
| じつは | 実は | thực ra, chẳng là |
| ～など | | vân vân |

| | | |
|---|---|---|
| シンガポール | | Singapor |
| サミットぎんこう | サミット銀行 | ngân hàng Summit |
| にしまち | 西町 | Nishimachi |

# Giải thích ngữ pháp

## Sự biến đổi trạng thái 1, Câu điều kiện 2

1. 暗く なります。 *Trở nên tối.*
   静かになります。 *Trở nên yên tĩnh.*
   夜に なります。 *Đêm đến.*

   ● [ いAく / なAに / Nに ] なります

   "なります" là động từ biểu thị sự biến đổi tình trạng, trạng thái, có nghĩa là "trở nên, trở thành, v.v.".

   Tính từ đuôi い sẽ được thay "い" ở cuối từ thành "く", còn tính từ đuôi な và danh từ sẽ được thêm "に" ở đằng sau để nối với "なります".

   いA： くらい → くらく
   　　　*いい → よく
   なA： しずか → しずかに  ⎫ なります
   N  ： よる → よるに

2. このボタンを押すと、お茶が出ます。 *Ấn cái nút này là nước trà chảy ra.*

   ● V dic. と、S

   1) "と" nối hai câu với nhau, diễn tả nếu một hành động nào đó diễn ra (Vdic.) thì kết quả của nó tất yếu sẽ xuất hiện một hành động hay một trạng thái khác gọi là (S). Có nghĩa là "Hễ Vdic. thì S".
   春になると、桜が咲きます。 *Khi mùa xuân đến, hoa anh đào nở.*
   まっすぐ行くと、右に郵便局があります。 *Đi thẳng là bên trái có bưu điện.*

   2) S không sử dụng dạng quá khứ hay cách nói "Vてください", "Vたいです", v.v. thể hiện ý chí của người nói.

3. ジュースを買って来ます。 *Tôi đi mua nước hoa quả rồi quay lại.*

   ● V て来ます

   Có nghĩa là đi đến một nơi nào đó, làm một việc gì đó rồi quay trở lại chỗ cũ.

① 新しい部屋は気持ちがいいでしょう。　*Phòng mới chắc là dễ chịu phải không?*

1）Là cách nói mà người nói muốn tìm kiếm sự đồng ý ở người nghe. Có nghĩa là "chắc là… phải không?" Thường thì "でしょう" được phát âm với ngữ điệu đi lên.

2）Các từ loại đứng trước "でしょう" dùng thể thường. Riêng thể thường "だ" của tính từ đuôi な và danh từ được lược bỏ.

② 左に公園があります。僕のアパートはその隣です。

*Bên trái có một cái công viên. Khu căn hộ của cháu ở cạnh đấy ạ.*

"その、それ、そこ" không phải là để chỉ những thứ mà người nói nhìn thấy bằng mắt thường trên thực tế mà chúng được dùng để chỉ toàn bộ hoặc một phần nội dung nói. Ở mẫu câu trên, "その" ý chỉ "こうえん". ⇒ Bài 2-**1**

A：あしたのパーティーに20人来ます。

　　*Bữa tiệc ngày mai có 20 người đến.*

B：それは大変ですね。　*Thế thì mệt nhỉ!*

先週沖縄へ行きました。そこで珍しい魚を見ました。

*Tuần trước, tôi đã đi Okinawa. Ở đó tôi đã nhìn thấy những loài cá lạ.*

③ シンガポールには季節が2つあります。　*Ở Singapore có hai mùa.*

Trợ từ chủ đề "は" lấy những từ đứng trước "は" làm chủ đề. Những từ bao gồm trợ từ cũng tương tự.

バスで京都へ行きました。　→　京都へはバスで行きました。

*Tôi đã đi Kyoto bằng xe buýt.*　*Đến Kyoto thì tôi đi bằng xe buýt.*

事務室でたばこが吸えません。→　事務室ではたばこが吸えません。

*Bạn không thể hút thuốc được ở văn phòng.*　*Trong văn phòng thì bạn không thể hút thuốc được.*

Tuy nhiên, trường hợp các từ đi kèm với "を", "が" thì "を", "が" được thay thế bằng "は".

コンビニでコンサートのチケットを売っています。

*Đang bán vé buổi hòa nhạc ở cửa hàng tiện lợi.*

→　コンサートのチケットはコンビニで売っています。

　　*Vé buổi hòa nhạc thì đang bán ở cửa hàng tiện lợi.*

④ いちばんいい季節は11月ごろです。いろいろな果物がおいしくなるからです。

*Mùa dễ chịu nhất là vào khoảng tháng 11. Bởi vì nhiều loài hoa quả bắt đầu trở nên ngon.*

"からです" được dùng khi nói về lý do của nội dung nói đằng trước. Từ loại đứng trước "からです" sử dụng thể thường.

## Từ và thông tin văn hóa

### 天気 Thời tiết

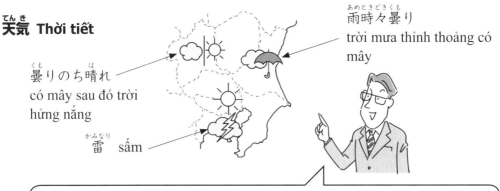

曇りのち晴れ
có mây sau đó trời hửng nắng

雨時々曇り
trời mưa thỉnh thoảng có mây

雷 sấm

あしたは晴れて、蒸し暑いでしょう。ところによって夕方激しい雨になるでしょう。
Ngày mai trời nắng oi. Chiều tối có nơi có mưa.

### 週間天気予報 Dự báo thời tiết trong tuần

| 日付 ngày | | 20（木） | 21（金） | 22（土） |
|---|---|---|---|---|
| 東京 Tokyo | | ☀☁ | ☁☂ | ☂ |
| 最高気温 nhiệt độ cao nhất ／ 最低気温 nhiệt độ thấp nhất | ℃ | 32／26 | 30／24 | 29／25 |
| 降水確率 xác suất mưa | % | 10 | 60 | 100 |

大雨警報 cảnh báo có mưa lớn　　暴風警報 cảnh báo có gió mạnh
洪水注意報 cảnh báo có lũ　　光化学スモッグ注意報 cảnh báo có sương khói quang hóa
花粉情報 thông báo có phấn hoa　　紫外線情報 thông báo có tia tử ngoại
梅雨 mùa mưa　　梅雨入り bắt đầu vào mùa mưa
梅雨明け hết mùa mưa
高気圧 áp cao　　低気圧 áp thấp
湿度が高い độ ẩm cao　　湿度が低い độ ẩm thấp
真夏日（最高気温が30度以上の日）ngày hè nóng (ngày có nhiệt độ cao nhất trên 30 độ)
熱帯夜（最低気温が25度以上の夜）đêm nhiệt đới (đêm có nhiệt độ thấp nhất trên 25 độ)

# 24 Vườn bách thú này ban đêm cũng mở cửa.

## Hội thoại

Lin: Ơ kìa! Cái con vật này không hề động đậy một tí nào, cô nhỉ!
Kimura: Ừ, ban ngày nó ngủ còn ban đêm nó hoạt động ghê lắm.
Lin: Ồ! Cô biết rõ nhỉ!
Kimura: Vì cô rất thích động vật nên hay đến công viên này mà.
Lin: Thế ạ! Nhưng chắc cô chỉ xem được vào ban ngày thôi chứ ạ?
Kimura: Cái công viên này từ năm ngoái bắt đầu mở cửa vào cả ban đêm nữa. Đến vào ban đêm thú vị lắm đấy!
Lin: Thế thì đợt tới cháu sẽ đến đây vào ban đêm.
Kimura: Ở Trung Quốc cũng có vườn bách thú như thế này chứ?
Lin: Không biết thế nào ạ!

## Từ vựng

| | | |
|---|---|---|
| バイオリン | | đàn vi-ô-lông, vĩ cầm |
| かたて | 片手 | một tay |
| トラック | | xe tải |
| ハンバーガー | | bánh hăm-bơ-gơ |
| けいさん | 計算 | tính toán |
| さる | 猿 | khỉ |
| イルカ | | cá heo |
| ダイビング | | lặn |
| ざぜん | 座禅 | ngồi thiền |
| げんきん | 現金 | tiền mặt |
| おとな | 大人 | người lớn |
| むすこ | 息子 | con trai tôi (trường hợp là con trai của người khác thì thêm vĩ tố さん) |
| むすめ＊ | 娘 | con gái tôi (trường hợp là con gái của người khác thì thêm vĩ tố さん) |
| ママ | | mẹ |
| パパ＊ | | bố |
| じ | 字 | chữ |
| キャンプ | | cắm trại |
| ～じょう | ～場 | nơi ～, chỗ ～, sân ～ |
| キャンプじょう | キャンプ場 | nơi cắm trại |
| インタビュー | | phỏng vấn, gặp gỡ |
| インタビューシート | | tờ câu hỏi |
| めんせつ | 面接 | thi phỏng vấn |
| ほいくえん | 保育園 | nhà trẻ |
| こくせき | 国籍 | quốc tịch |
| ねんれい | 年齢 | tuổi |
| きょか | 許可 | cấp phép |

| ～しょう | ～証 | giấy, chứng nhận |
| きょかしょう | 許可証 | giấy phép |
| けいけん | 経験 | kinh nghiệm |
| りゆう | 理由 | lý do |
| おりがみ | 折り紙 | Origami, nghệ thuật gấp giấy |
| ひるま | 昼間 | ban ngày |
| ようす | | bộ dạng, vẻ bề ngoài |
| | | |
| はしる　Ⅰ | 走る | chạy |
| よやくする　Ⅲ | 予約する | đặt hẹn, đặt chỗ |
| わる　Ⅰ | 割る | vỡ, chia |
| ダウンロードする　Ⅲ | | tải xuống |
| しらべる　Ⅱ | 調べる | điều tra |
| なげる　Ⅱ | 投げる | ném |
| うける　Ⅱ | 受ける | dự thi |
| さいようする　Ⅲ | 採用する | tuyển |
| うごく　Ⅰ | 動く | chuyển động, động đậy |
| | | |
| ごぞんじだ | ご存じだ | biết (cách nói tôn kính của từ "知っている") |
| | | |
| —かこく | —か国 | — nước (trợ từ số đếm dùng để đếm số nước) |
| | | |
| —キロ（キロメートル）（km） | | — ki lô mét |
| —こ | —個 | — cái (trợ từ số đếm dùng để đếm những vật nhỏ) |
| | | |
| —センチ（センチメートル）（cm） | | — cen ti mét |
| —さつ | —冊 | — cuốn, — quyển |
| | | |
| こんな | | như này |
| そんな＊ | | như thế |
| あんな＊ | | như vậy |
| | | |
| あれ | | ô, hả, cái gì (từ phát ra khi ngạc nhiên hoặc cảm thấy lạ lùng) |
| | | |
| ～しか | | chỉ ～ |

25

いかがですか。 thế nào (cách nói mời người khác dùng đồ một cách lịch sự)

りょうごく 両国 Ryogoku
かまくら 鎌倉 Kamakura
しもだ 下田 Shimoda
ひめじ 姫路 Himeji
なは 那覇 Naha

かのうけい 可能形 thể khả năng

# Giải thích ngữ pháp

## Thể khả năng, sự biến đổi trạng thái 2

**1.** Thể khả năng

1） Sử dụng thể khả năng khi diễn tả có thể làm được hay không làm được một việc gì đó.

2） Nghĩa giống với "Vdic. ことができます". Trong hội thoại thông thường, thể khả năng thường hay được sử dụng hơn. (⇒ Bài 14)

3） Cách chia động từ thể khả năng như sau:

Nhóm Ⅰ : Biến đổi âm tiết cuối thuộc cột "-u" của từ ở dạng nguyên thể thành "-e る"

Nhóm Ⅱ : Biến đổi đuôi "る" của động từ dạng nguyên thể thành "られる".

Nhóm Ⅲ : "くる→こられる", "する→できる"

| | V dic. | V (Thể khả năng) | | | | V dic. | V (Thể khả năng) | |
|---|---|---|---|---|---|---|---|---|
| Ⅰ | かう | かえる | う→え | | Ⅱ | たべる | たべられる | |
| | かく | かける | く→け | | | ねる | ねられる | |
| | およぐ | およげる | ぐ→げ | | | おきる | おきられる | る→ られる |
| | はなす | はなせる | す→せ | る | | かりる | かりられる | |
| | まつ | まてる | つ→て | | Ⅲ | くる | こられる | |
| | しぬ | しねる | ぬ→ね | | | する | できる | |
| | あそぶ | あそべる | ぶ→べ | | | | | |
| | よむ | よめる | む→め | | | | | |
| | とる | とれる | る→れ | | | | | |

Bản thân các từ "わかる", "できる" cũng đã có nghĩa khả năng nên không có thể khả năng. Ngoài ra, động từ vô ý chí như "ふえる", "へる", "なくなる", v.v. cũng không có thể khả năng.

4） Tất cả các động từ ở thể khả năng đều có cách chia như động từ Nhóm Ⅱ.

**2.** マリーさんは漢字（かんじ）が書（か）けます。　*Marie viết được chữ Hán.*

● **N1 は N2 が V (Thể khả năng)**

1）Trong câu thể khả năng, trợ từ "を", là trợ từ biểu thị đối tượng của hành động, sẽ được biến đổi thành "が".

マリーさんは漢字（かんじ）を書（か）きます。　*Marie viết chữ Hán.*

マリーさんは漢字（かんじ）が書（か）けます。　*Marie viết được chữ Hán*

2）Giống như "Vdic. ことができます", thể khả năng có hai nghĩa. Trường hợp diễn tả năng lực của con người giống như ví dụ bên dưới và trường hợp diễn tả khả năng có thể thực hiện hành động trong một điều kiện nào đó. (⇒ Bài 14)

リンさんは1キロメートル泳（およ）げます。　*Lin có thể bơi được một cây số.*

図書館（としょかん）で本（ほん）が借（か）りられます。　*Ở thư viện có thể mượn được sách.*

3）Thể khả năng của "みます" là "みられます", của "ききます" là "きけます". Thể hiện việc thực hiện ý chí nhìn, nghe.

動物園（どうぶつえん）で象（ぞう）が見（み）られます。　*Có thể xem được voi ở vườn bách thú.*

このレストランでジャズが聞（き）けます。

*Có thể nghe được nhạc Jaz ở khách sạn này.*

Có từ có ý nghĩa tương tự như "みえます", "きこえます" nhưng những từ này không phải là động từ ở thể khả năng. Diễn tả "sự việc những đối tượng được lọt vào trong tầm mắt", "sự việc những âm thanh được lọt vào tai" mà không liên quan gì đến ý chí chủ quan của người nói. Những thứ nghe hoặc nhìn thấy được trở thành chủ ngữ và dùng trợ từ "が".

この部屋（へや）から山（やま）が見（み）えます。　*Từ căn phòng này có thể nhìn thấy núi.*

鳥（とり）の声（こえ）が聞（き）こえます。　*Nghe thấy tiếng chim hót.*

**3.** うちの息子（むすこ）は歩（ある）けるようになりました。　*Con trai tôi đã bắt đầu biết đi.*

● **V (Thể khả năng) dic. ようになります**

Động từ "なります", là động từ thể hiện sự biến đổi của trạng thái, kết hợp với động từ chứ không phải là tính từ và danh từ. (⇒ Bài 23-1)

"V (thể khả năng) dic. ようになります" diễn tả việc biến đổi từ trạng thái/tình trạng không có khả năng thành trạng thái/tình trạng có khả năng. Ngoài thể khả năng ra, có thể sử dụng những động từ mang ý nghĩa chỉ khả năng như "わかる", "みえる", v.v..

眼鏡（めがね）を掛（か）けたら、よく見（み）えるようになりますよ。

*Đeo kính vào là có thể nhìn thấy rõ.*

**4.** 祖父は長い時間歩けなくなりました。

*Trong một thời gian dài, ông tôi không thể đi lại được.*

● **V (Thể khả năng) なくなります**

1）"V なくなります" thể hiện sự thay đổi từ trạng thái/tình trạng có khả năng sang trạng thái/tình trạng không có khả năng. Chia dạng này từ dạng －な い của thể khả năng.

よめる　　よめない　→　よめなくなります
あるける　あるけない　→　あるけなくなります

2）Có thể sử dụng cả động từ mang nghĩa chỉ khả năng như "わかる", "みえ る", v.v..

星が見えなくなりました。　　*Không nhìn thấy sao nữa.*

- - - - - - - - - - - - - - - - - - - - - - - - - - - - - - - - - - - - - - - - - - - - - -

① 現金しか使えません。　　*Chỉ dùng được tiền mặt*

Trợ từ "しか" đi cùng với động từ, tính từ ở dạng phủ định, diễn tả phủ định những thứ ngoài thứ được nêu ra. Có nghĩa là "chỉ".

Trợ từ "しか" dùng để thể hiện quan điểm phủ định, còn "だけ" không mang nét nghĩa phủ định. (⇒ Bài 20)

○10分しかありませんから、急ぎます。

　*Chỉ còn có 10 phút nữa thôi nên khẩn trương.*
×10分だけありますから、急ぎます。

② 昼間は寝ていますが、夜はよく動きます。

*Ban ngày thì ngủ còn ban đêm thì thường hoạt động.*

Trợ từ chủ đề "は" được sử dụng cho cả trường hợp diễn tả sự đối nghịch. Ở mẫu câu trên, "ひるま" đối nghịch với "よる".

③ 中国にもこんな動物園がありますか。

*Ở Trung Quốc cũng có vườn bách thú như thế này chứ?*

Trợ từ "も", có nghĩa là "cũng", giống với trợ từ "は" đi sau cả các trợ từ khác. Trường hợp trợ từ là "を" và "が" thì được thay bằng "も". (⇒ Bài 23-③)

うちから富士山が見えます。わたしの学校からも富士山が見えます。

*Từ nhà nhìn thấy núi Phú Sỹ. Từ trường học của tôi cũng nhìn thấy núi Phú Sỹ.*
ポンさんは歌が上手です。ギターも上手です。

*Pon hát giỏi. Chơi ghi-ta cũng giỏi.*

Động từ ý chí và động từ vô ý chí

1 ) Những động từ có thể biểu thị được ý chí của chủ thể hành động (chủ ngữ) thì gọi là động từ ý chí, còn những động từ không thể biểu thị được ý chí của chủ thể hành động thì gọi là động từ vô ý chí.

あしたまでにレポートを書きます。 　　　書く：động từ ý chí

*Tôi sẽ viết luận văn cho đến hết ngày mai.*

北海道へ行きたいです。 　　　行く：động từ ý chí

*Tôi muốn đến Hokkaido.*

机の上に本があります。 　　　ある：động từ vô ý chí

*Trên bàn có quyển sách.*

雪が降っています。 　　　降る：động từ vô ý chí

*Tuyết rơi.*

2 ) Động từ ý chí được sử dụng trong nhiều cách nói, mẫu câu khác nhau như nguyện vọng, nhờ vả, cấm đoán, mời mọc rủ rê, v.v.. Ngoài ra, thể khả năng cũng được cấu tạo từ động từ ý chí.

○カメラを買いたいです。　　*Tôi muốn mua cái máy ảnh.*

○ 100メートル泳げます。　　*Tôi có thể bơi được 100m.*

×もっと時間がありたいです。

×雪が降ってください。

Trong các động từ cũng có những động từ được sử dụng lúc thì như là động từ ý chí và lúc thì như là động từ vô ý chí. Ví dụ: "わすれる", "なる", "いる", v.v..

卒業したら、ミュージシャンになりたいです。(động từ ý chí)

*Tốt nghiệp xong tôi muốn trở thành nhạc sỹ.*

寒くなりましたが、お元気ですか。(động từ vô ý chí)

*Trời đã trở nên lạnh rồi, bác có khỏe không ạ?*

# Từ và thông tin văn hóa

## 動物 Động vật

象　　　　　　きりん　　　　　とら　　　　　　カンガルー　　　しか
voi　　　　　　hươu cao cổ　　hổ　　　　　　Căng-gu-ru,　　hươu, nai
　　　　　　　　　　　　　　　　　　　　　　chuột túi

きつね　　　　　たぬき　　　　　河馬　　　　　　ゴリラ　　　　　しまうま
cáo　　　　　　lửng chó　　　　hà bá　　　　　khỉ đột　　　　　ngựa vằn

牛　　　　　　豚　　　　　　　羊　　　　　　　馬　　　　　　　鶏
bò　　　　　　lợn　　　　　　cừu　　　　　　ngựa　　　　　　gà

蚊　　　　　　はえ　　　　　　ごきぶり　　　　はち　　　　　　からす
muỗi　　　　　ruồi　　　　　　gián　　　　　　ong　　　　　　　quạ

# 25 Đã quyết định sẽ làm cái gì chưa.

## Hội thoại

Tanaka:   Sắp đến Lễ hội Văn hóa rồi nhỉ! Lớp của Kim đã quyết định sẽ làm cái gì chưa?

Kim:   À, lớp em mọi người sẽ chơi nhạc ạ.

Tanaka:   Hay nhỉ! Nhạc gì vậy?

Kim:   Bí mật ạ. Anh hãy chờ đợi xem là nhạc gì nhé!

Tanaka:   Ừ, chắc chắn tôi sẽ đi xem đấy!

Kim:   Nhưng vì không còn nhiều thời gian nên bọn em đang lo không biết là mình có nhớ được bài hát không ạ.

Tanaka:   Không sao đâu! Hãy cố gắng lên!

Kim:   Cảm ơn anh ạ!

# Từ vựng

| | | |
|---|---|---|
| ユーモア | | hài hước |
| にんき | 人気 | được ưa thích |
| し | 詩 | thơ |
| しめきり | 締め切り | hạn, hạn cuối |
| データ | | dữ liệu |
| はんにん | 犯人 | thủ phạm, tội phạm |
| てぶくろ | 手袋 | găng tay |
| ～つもり | | định ～ |
| メンバー | | thành viên |
| めんきょ | 免許 | bằng |
| やちん | 家賃 | tiền thuê nhà |
| ひあたり | 日当たり | nắng chiếu, ánh sáng |
| ぶんかさい | 文化祭 | lễ hội văn hóa |
| ミュージカル | | âm nhạc |
| ひみつ | 秘密 | bí mật |
| | | |
| おくれる　Ⅱ | 遅れる | đi muộn, đến trễ (giờ học ＋に) |
| かんがえる　Ⅱ | 考える | suy nghĩ |
| かくにんする　Ⅲ | 確認する | xác nhận |
| もうしこむ　Ⅰ | 申し込む | đăng ký (tham gia, v.v. (＋を) vào cơ quan, v.v. (＋に)) |
| でる　Ⅱ | 出る | xuất phát |
| パンクする　Ⅲ | | lùi |
| たのむ　Ⅰ | 頼む | nhờ (người (＋に) việc (＋を)) |
| こたえる　Ⅱ | 答える | trả lời |
| さそう　Ⅰ | 誘う | rủ |
| とる　Ⅰ | 取る | lấy |
| かう　Ⅰ | 飼う | nuôi |
| おぼえる　Ⅱ | 覚える | nhớ |

| | | |
|---|---|---|
| かっこいい | | đẹp trai |
| ―はく／ぱく | ―泊 | một đêm (trợ từ số đếm đêm trọ) |
| ほかに | | ngoài ra |
| もうすぐ | | sắp sửa |
| かならず | 必ず | nhất định, chắc chắn |

| | | |
|---|---|---|
| みどりまち | みどり町 | thành phố Midori |
| しみんセンター | 市民センター | Trung tâm Thành phố |

# Giải thích ngữ pháp

## Lý do

**1.** 彼<small>かれ</small>はユーモアがあるので、人気<small>にんき</small>があります。

*Anh ấy tính hài hước nên được nhiều người thích.*

● **S1 (thể thường) ので、S2**

1）S1 ので diễn tả lý do được nói đến ở S2. Có nghĩa là "vì nên". Có nghĩa giống với "から" và cả hai đều diễn đạt lý do nhưng "から" được sử dụng trong trường hợp người nói đề cập đến lý do để chủ chương một điều gì đó, trong khi đó "ので" lại là cách nói đề cập một cách khách quan đến mối quan hệ nguyên nhân – kết quả hay mối quan hệ với sự thật. Ở S2 không dùng cách nói thể hiện ý chí mạnh mẽ như mệnh lệnh, v.v.. "ので" cũng giống như "から", đi sau vế câu biểu thị lý do. (⇒ Bài 9)

2）"ので" được sử dụng cả khi nêu ra cái cớ hay lý do trong trường hợp muốn yêu cầu sự cho phép chẳng hạn. Ngoài ra, nhiều khi S2 được rút ngắn dưới dạng "S1 ので…".

3）Trước "ので" sử dụng thể thường nhưng "だ" trong thể thường của tính từ đuôi な và danh từ sẽ là "な".

足<small>あし</small>が痛<small>いた</small>いので、タクシーで行<small>い</small>きます。

*Vì chân đau nên đi tắc-xi.*

雨<small>あめ</small>なので、タクシーで行<small>い</small>きます。

*Vì mưa nên đi tắc-xi.*

| V | | ので | な A | | ので |
|---|---|---|---|---|---|
| | みる | | | ひま**な** | |
| | みない | | | ひまじゃない | |
| | みた | | | ひまだった | |
| | みなかった | | | ひまじゃなかった | |
| い A | たかい | ので | N | あめ**な** | ので |
| | たかくない | | | あめじゃない | |
| | たかかった | | | あめだった | |
| | たかくなかった | | | あめじゃなかった | |

35

**2.** 試験は何時に始まるか、教えてください。

*Hãy cho tôi biết mấy giờ bắt đầu thi?*

● **S (thể thường/đi kèm với từ để hỏi) か、~**

1）Là cách nói mà ở đó câu hỏi đi kèm với từ để hỏi được lồng ghép vào trong câu. Trong câu ví dụ ở trên, câu hỏi "しけんはなんじにはじまりますか" đã được lồng ghép vào trong câu.

2）Trước "か" là một câu ở thể thường đi kèm với từ để hỏi như "なに", "だれ", "どこ", "いつ", "どう", v.v. nhưng thể thường của tính từ đuôi な và danh từ "だ" thì được lược bỏ.

$$
\left.\begin{array}{ll}
\text{V} & : \quad 何時に始まる \\
\text{い A} & : \quad どの先生が厳しい \\
\text{な A} & : \qquad 何が必要 \\
\text{N} & : \quad いつが締め切り
\end{array}\right\} か、教えてください。
$$

$$
Hãy\ nói\ cho\ tôi\ biết, \left\{\begin{array}{l}
mấy\ giờ\ thì\ bắt\ đầu? \\
thày\ giáo\ nào\ nghiêm\ khắc? \\
cái\ gì\ là\ cần\ thiết? \\
khi\ nào\ thì\ hết\ hạn?
\end{array}\right.
$$

**3.** ツアーに行くかどうか、確認します。

*Tôi xác nhận lại xem có đi du lịch hay không.*

● **S (thể thường) かどうか、~**

1）Mẫu câu này là cách nói mà từ để hỏi không bao gồm từ để hỏi được lồng ghép vào trong câu. Có nghĩa là "có/đã... hay không/chưa". Trong mẫu câu trên câu nghi vấn "ツアーにいきますか" được lồng ghép vào trong câu.

2）Trước "かどうか" sử dụng thể thường nhưng thể thường "だ" của tính từ đuôi な và danh từ được lược bỏ.

$$
\left.\begin{array}{l}
ツアーに行く \\
ツアーに申し込んだ \\
海が見える部屋
\end{array}\right\} かどうか、確認します。
$$

$$
Tôi\ xác\ nhận\ lại\ xem \left\{\begin{array}{l}
có\ đi\ du\ lịch \\
đã\ đăng\ ký\ đi\ du\ lịch \\
có\ phải\ là\ căn\ phòng\ nhìn\ thấy\ biển
\end{array}\right\} hay\ không/chưa.
$$

**4.** まだレポートを出していません。　*Vẫn chưa nộp báo cáo.*

  ● V ていません

  1 ) Là cách nói diễn tả một hành động chưa diễn ra hoặc chưa hoàn thành. Ý nghĩa là "chưa…". Mẫu câu này hay sử dụng cùng với phó từ "まだ".

   Ａ　：もうレポートを出しましたか。　*Cậu đã nộp báo cáo chưa?*

   Ｂ１：はい、もう出しました。　*Vâng, tôi đã nộp rồi.*

   Ｂ２：いいえ、まだ出していません。　*Chưa, tôi vẫn chưa nộp.*

  2 ) "V ていません" diễn tả việc V chưa hoàn thành, việc trạng thái V chưa hoàn thành đang tiếp diễn. Trong khi đó, "V ませんでした" biểu thị một sự thật rằng hành động V đã không được tiến hành trong một thời gian nhất định nào đó.

   わたしはまだ発表の準備をしていません。

   *Tôi vẫn chưa chuẩn bị phát biểu.*

   わたしは発表の準備をしませんでした。

   *Hôm qua tôi đã không phát biểu.*

..........................................................................................

① みんなでミュージカルをやります。　*Tất cả cùng chơi nhạc.*

Trợ từ "で" có chức năng hạn định chủ thể.

   わたしたちでパーティーの準備をしましょう。

   *Tất cả chúng ta hãy cùng nhau chuẩn bị bữa tiệc nào!*

👥 まだ決めてない。　*Vẫn chưa quyết định.*

Trong hội thoại nhiều khi từ được nói rút bớt. "きめてない" là hình thức rút ngắn (thể rút gọn) của "きめていない". "い" đứng đằng sau "V て" được lược bỏ. "V ている" cũng tương tự sẽ biến thành "V てる"

   あ、雨が降ってる。　*A, trời mưa.*

37

# Từ và thông tin văn hóa

## 不動産情報 Thông tin bất động sản

### みどりアパート

- 最寄り駅○○線△△歩10分
  Ga gần nhất: △△ tuyến
  ○○ đi bộ 10 phút
- 種別：アパート築5年
  Loại nhà: Nhà tập thể đã xây dựng được 5 năm
- 2階・南向き
  Tầng 2/hướng Nam
- ペット不可
  Có thể nuôi thú nuôi trong nhà
- 間取り：1K（20㎡）
  Sơ đồ mặt bằng nhà: 1 phòng và bếp (20m²)
- 家賃：58,000円
  Tiền thuê nhà: 58.000 yên
- 管理費：2,000円／1か月
  Phí quản lý nhà: 2.000 yên/tháng
- 敷金：1か月
  Tiền đặt cọc: 1 tháng
- 礼金：2か月
  Tiền lễ chủ nhà: 2 tháng
- インターネット完備
  Có lắp đặt internet

一戸建て nhà riêng　　マンション chung cư
和室 phòng chiếu Nhật　　洋室 phòng kiểu Âu
1畳 1 chiếu (1,65m²)　　2LDK 2 phòng ngủ và 1 phòng khách kiêm phòng ăn và bếp
玄関 tiền sảnh　　浴室 phòng tắm　　押入れ tủ âm tường để đồ kiểu Nhật
ベランダ ban công　　更新料 phí gia hạn thuê nhà　　大家さん chủ nhà

# 26 Tôi đã nhận nó khi tham gia đợt tập trung tập luyện bóng đá.

## Hội thoại

Watanabe: Jose, hôm tới anh có thi đấu à?
Carlos: Ừ!
Watanabe: Quả bóng đấy là thế nào đấy ạ?
Carlos: Cái này rất có ý nghĩa đối với tôi. Tôi đã nhận nó từ một cầu thủ chuyên nghiệp khi tham gia đợt tập trung tập luyện bóng đá hồi 5 năm về trước.
Watanabe: Thế ạ!
Carlos: Khi đi thi đấu, bao giờ tôi cũng mang nó theo. Nếu được thì mời em đi xem!
Watanabe: Xin lỗi anh! Hôm nay tôi phải đi đón bạn ở sân bay nên thành thử…
Carlos: Thế thì dịp khác em hãy đến xem nhé!
Watanabe: Vâng, nhất định rồi!

## Từ vựng

| | | |
|---|---|---|
| ほけん | 保険 | bảo hiểm |
| ほけんしょう | 保険証 | thẻ bảo hiểm |
| かしだし | 貸し出し | (sự) cho mượn |
| かしだしカード | 貸し出しカード | thẻ mượn |
| ビザ | | visa, thị thực |
| とっきゅう | 特急 | tàu nhanh |
| とっきゅうけん | 特急券 | vé tàu nhanh |
| しん〜 | 新〜 | 〜 mới |
| せいひん | 製品 | sản phẩm |
| しんせいひん | 新製品 | sản phẩm mới |
| セルフタイマー | | hẹn giờ tự động chụp |
| フラッシュ | | đèn flash |
| どうが | 動画 | hình ảnh động |
| ひづけ | 日付 | ghi ngày tháng năm |
| ガイドブック | | sách hướng dẫn |
| りょかん | 旅館 | Ryokan, lữ quán (nhà trọ truyền thống Nhật Bản) |
| ストレス | | căng thẳng, stress |
| せいふく | 制服 | đồng phục |
| しゃちょう | 社長 | giám đốc |
| はなし | 話 | câu chuyện, cuộc nói chuyện |
| ほうこく | 報告 | báo cáo |
| ほうこくしょ | 報告書 | bản báo cáo |
| がっかい | 学会 | hội nghị khoa học, học hội |
| スケジュール | | lịch, lịch trình |
| ちょうさ | 調査 | điều tra |
| アンケートちょうさ | アンケート調査 | điều tra khảo sát |
| けっか | 結果 | kết quả |
| ちょうさけっか | 調査結果 | kết quả điều tra |
| はいしゃ | 歯医者 | bác sỹ răng, nha sỹ |
| チップ | | tiền bo |
| しょうがくせい | 小学生 | học sinh tiểu học |

| | | |
|---|---|---|
| みぶんしょうめいしょ | 身分証明書 | giấy chứng minh thư |
| たからもの | 宝物 | của quý, báu vật |
| がっしゅく | 合宿 | ở tập trung |
| プロ | | chuyên nghiệp |
| いる　Ⅰ | 要る | cần |
| いれる　Ⅱ | 入れる | đưa vào |
| じゅうでんする　Ⅲ | 充電する | nạp điện |
| やすむ　Ⅰ | 休む | nghỉ |
| かんじる　Ⅱ | 感じる | cảm thấy |
| しゅっせきする　Ⅲ | 出席する | tham dự (buổi họp, v.v. ＋に) |
| さんかする　Ⅲ | 参加する | tham gia (sự kiện, v.v. ＋に) |
| —パーセント（％） | | — phần trăm |
| またこんど | また今度 | để lần sau |
| よかったら | | nếu được |

| | | |
|---|---|---|
| げんばくドーム | 原爆ドーム | Khu tưởng niệm Hòa bình Hiroshima |
| サミットしゃ | サミット社 | Công ty Summit |
| うりば | 売り場 | quầy hàng |

# Giải thích ngữ pháp

### Cách nói về thời gian, nghĩa vụ

**1.** 手紙を書くとき、辞書を使います。　　*Tôi sử dụng từ điển khi viết thư.*

● S1 とき、S2

1）"とき" là danh từ với nghĩa là "khi/lúc/hồi", có vai trò nối hai vế câu với nhau. Những từ loại đứng trước "とき" để ở thể thường, đóng vai trò như là định ngữ nhưng riêng "だ" của tính từ đuôi な thì thành "な", "だ" của danh từ ở thể thường thì biến thành "の".

言葉の意味が分からないとき、辞書を使います。

*Tôi sử dụng từ điển khi không hiểu ý nghĩa của từ.*

寒いとき、セーターを着ます。　*Khi lạnh, mặc áo len.*

暇なとき、遊びに行きましょう。

*Khi rảnh rỗi, chúng ta cùng đi chơi nào!*

子供のとき、野菜が嫌いでした。　*Hồi bé, tôi ghét ăn rau.*

2）Trường hợp S1 là có thành phần vị ngữ là tính từ hoặc danh từ thì cho dù S2 ở thể quá khứ thì S1 vẫn để ở dạng phi quá khứ.

×子供だったとき、野菜が嫌いでした。

**2.** 国へ帰る　とき、両親にお土産を買います。
国へ帰ったとき、両親にお土産をあげます。

*Tôi sẽ mua quà cho bố mẹ khi về nước.*

*Tôi sẽ tặng quà cho bố mẹ khi về nước.*

● $\left[\begin{array}{l} \text{V dic.} \\ \text{V た} \end{array}\right]$ とき、S

1）Khi hành động S xảy ra trước hành động V thì từ loại đứng trước "とき" ở dạng nguyên thể.

2）Khi hành động V xảy ra trước hành động S thì từ loại đứng trước "とき" sẽ để ở thể "た".

Trường hợp "かえるとき" diễn tả rằng, người nói vẫn chưa về đến nước mình mà trước khi về nước thì mua quà. Trường hợp "かえったとき" diễn tả rằng, người nói sau khi về đến nước mình thì tặng quà cho bố mẹ.

帰るとき　　　　　　帰ったとき

**3.** 日本語でレポートを書かなければなりません。

*Tôi phải viết báo cáo bằng tiếng Nhật.*

● V なければなりません

1）Là cách nói thể hiện nghĩa vụ hoặc sự cần thiết phải làm một việc gì đó mà không liên quan đến ý chí của người thực hiện hành động. Có nghĩa là "phải V".

2）Cấu trúc "V なければならないので…" được sử dụng như là một cách nói để từ chối lời mời.

3）"ない" của thể ない được biến đổi sang thành "なければなりません"

　　かく　　かかない　→　かかなければなりません
　　あう　　あわない　→　あわなければなりません
　　くる　　こない　　→　こなければなりません

・・・・・・・・・・・・・・・・・・・・・・・・・・・・・・・・・・・・・・・・・・・・・・・

ご飯、作らなきゃ。　　*Phải nấu cơm thôi.*

"V なきゃ" là thể rút gọn của "V なければなりません"

早く帰らなきゃ。　　*Phải về sớm thôi.*

# Từ và thông tin văn hóa

## 行政機関 Cơ quan hành chính

**1.** 市役所
Tòa thị chính

総合受付窓口
quầy thông tin tổng hợp

証明書自動交付機
máy phát hành giấy chứng nhận tự động

住民票の写し
sao giấy chứng nhận cư trú

印鑑登録証明書
giấy đăng ký con dấu

出生届 giấy khai sinh　　死亡届 giấy khai tử
婚姻届 giấy đăng ký kết hôn　　離婚届 đơn ly hôn
転出届 đơn xin chuyển cư　　転入届 đơn xin nhập cư

**2.** 省庁 Các bộ ngành

総務省　Bộ Nội vụ và Truyền thông
法務省　Bộ Tư pháp　　外務省　Bộ Ngoại giao
財務省　Bộ Tài chính
文部科学省　Bộ Giáo dục, Văn hóa, Thể thao, Khoa học và Công nghệ
厚生労働省　Bộ Y tế, Lao động và Phúc lợi xã hội
農林水産省　Bộ Nông nghiệp, Lâm nghiệp và Thủy sản
経済産業省　Bộ Kinh tế và Công nghiệp
国土交通省　Bộ Đất đai, Cơ sở hạ tầng, Giao thông vận tải và Du lịch
環境省　Bộ Môi trường　　防衛省　Bộ Quốc phòng

# 27 Bạn bị sốt từ khi nào vậy?

## Hội thoại

Tanaka: A-lô, Trường tiếng Nhật Subaru xin nghe!
Smith: A-lô, em là Marie ạ.
Tanaka: A, Marie à. Em bị làm sao đấy?
Smith: Em bị sốt nên hôm nay em muốn nghỉ học ạ. Anh làm ơn nói với thầy giáo hộ em được không ạ?
Tanaka: Em bị sốt à? Khổ nhỉ! Em bị sốt từ khi nào vậy?
Smith: Từ chiều tối hôm kia ạ.
Tanaka: Thế em đã đi bệnh viện chưa?
Smith: Chưa ạ. Em cứ nghĩ ngủ thì sẽ khỏi nhưng mãi không khỏi.
Tanaka: Thế à? Nhất định hôm nay phải đi bệnh viện đi!
Smith: Vâng ạ. Em biết rồi.
Tanaka: Vậy anh sẽ thưa với thầy nhé. Chúc em mau khỏi!

# Từ vựng

| | | |
|---|---|---|
| アレルギー | | dị ứng |
| かいだん | 階段 | giai đoạn |
| のど | | cổ họng |
| きぶん | 気分 | tâm trạng, cảm giác |
| せき | | ho |
| かいぎ | 会議 | cuộc họp, hội nghị |
| しゅっちょう | 出張 | công tác |
| じきゅう | 時給 | lương tính theo giờ |
| ウエートレス | | nữ nhân viên chạy bàn |
| スーツ | | áo vest |
| (お)みまい | (お)見舞い | thăm người ốm |
| どうそうかい | 同窓会 | hội cựu học sinh/sinh viên, họp cựu học sinh/sinh viên, họp lớp |
| れんらくさき | 連絡先 | địa chỉ liên lạc |
| ポップコーン | | bỏng ngô |
| かつどう | 活動 | hoạt động |
| カウンセラー | | chuyên gia tư vấn |
| げいじゅつ | 芸術 | nghệ thuật |
| げいじゅつがくぶ | 芸術学部 | khoa nghệ thuật |
| アドバイス | | lời khuyên |
| ねつ | 熱 | sốt, cái nóng, nhiệt |
| ゆうがた | 夕方 | chiều tà |
| ひく[かぜを～]  I | 引く[風邪を～] | bị (cảm) |
| ころぶ  I | 転ぶ | ngã |
| やけどする  III | | bị bỏng |
| とまる  I | 止まる | ngừng, dừng |
| かよう  I | 通う | đi đến, đi lại |
| はんたいする  III | 反対する | phản xạ |
| しんぱいする  III | 心配する | lo lắng |
| つづける  II | 続ける | tiếp tục |
| つたえる  II | 伝える | truyền đạt, báo, tuyên truyền |

| | |
|---|---|
| うらやましい | đáng thèm, thèm muốn, thích thế |
| なかなか | mãi, mãi mà (sử dụng cùng với cách nói phủ định) |
| だから | vì vậy |
| ～が、～。 | Về việc ～ thì ～. (trợ từ dùng để đưa ra phần mào đầu phía trước, phía sau là phần chính của vấn đề) |
| それはいけませんね。 | Tệ nhỉ!/Mệt nhỉ! (câu nói dùng khi an ủi người bị đau ốm hay bị thương) |

けんじ

Kenji

# Giải thích ngữ pháp

## んです

**1.**

| A：どうしたんですか。 | *A: Anh bị làm sao vậy? (nhìn thấy B đang ho)* |
|---|---|
| B：風邪を引いたんです。 | *B: Tôi bị cảm đấy mà.* |

● S (thể thường) んです

1）"んです" thường được sử dụng khi đòi hỏi một sự giải thích và khi người nói giải thích tình trạng của mình. "んです" được sử dụng nhiều trong trường hợp yêu cầu một sự giải thích cụ thể từ đối phương về việc chia sẻ một thông tin nào đó như tình trạng của đối phương trông thấy được trước mắt hay điều gì đó được nghe và trường hợp giải thích tình trạng như là câu trả lời đó.

*(Khi biết việc B đã nghỉ học ở trường)*

A：学校を休んだんですか。　*Hôm nay nghỉ học ở trường sao?*

B：はい。風邪を引いたんです。　*Vâng, cháu bị cảm mà.*

Trong hội thoại này, A biết việc B nghỉ học ở trường, A đã thắc mắc về việc đó và chất vấn đối phương. Trước việc đó, B đã giải thích về tình hình của mình rằng "bị cảm".

2）Từ loại đứng trước "んです" để ở thể thường. Tuy nhiên, thể thường "だ" của danh từ và tính từ đuôi な biến thành "な".

今日行かないんです。　*Hôm nay, tôi không đi đâu.*

高かったんです。　*Nó đắt quá cơ.*

暇なんです。　*Mình đang rảnh rỗi mà.*

アレルギーなんです。　*Tôi bị dị ứng mà.*

3）Trường hợp câu trả lời đối với câu hỏi có sử dụng "んです" chỉ đơn giản là truyền đạt lại sự thật thì không sử dụng "んです". Trong hội thoại dưới đây, B chỉ đơn thuần truyền đạt lại sự thật trong câu trả lời thì sẽ ở dạng "なつやすみです". Ngoài ra, có nhiều cách trả lời khác nhau như dưới đây:

*(Khi biết việc B sẽ về nước)*

A　：いつ国へ帰るんですか。

　　　*Bao giờ thì cậu về nước đấy?*

B１：夏休みです。　*Mùa hè ạ.*

Ｂ２：夏休みに帰ります。　*Cháu sẽ về vào dịp nghỉ hè.*

Ｂ３：夏休みに帰りたいと思っています。

*Cháu muốn về vào dịp nghỉ hè.*

Ｂ４：夏休みに帰らなければなりません。

*Cháu phải về vào dịp nghỉ hè.*

Không sử dụng đồng thời "んです" và "から" với nhau.
×時間がないんですから。

**2.**

来週出張するんですが、いいホテルを教えてください。
来週出張な　んですが、いいホテルを教えてください。

*Chẳng là tuần tới tôi đi công tác nên hãy chỉ cho tôi khách sạn tốt với!*

*Chẳng là tuần tới đi công tác nên hãy chỉ cho tôi khách sạn tốt với!*

● **S1 (thể thường) んですが、S2**

1）"んですが" thường được sử dụng như là câu mào đầu khi muốn nhờ vả đối phương hay tìm kiếm sự cho phép, lời khuyên từ đối phương.

2）Trường hợp nội dung của S2 được dự đoán bởi tình hình được nói đến ở S1 thì S2 thường được lược bỏ. (⇒ Bài 13-①)
この漢字の読み方がわからないんですが……。

*Em không biết cách đọc chữ Hán này thế nào ạ...*
すき焼きを作りたいんですが……。　*Tôi muốn làm món lẩu Sukiyaki mà...*

**3.**

テレビを見ながらご飯を食べます。　*Tôi vừa ăn cơm vừa xem ti vi.*

● **V1 ながら V2**

1）Diễn tả cùng một nhân vật khi tiến hành động tác V2 thì đồng thời cũng tiến hành động tác V1. V2 là động tác chính. Thì của động từ được thể hiện ở động từ đứng cuối câu (V2).

2）Không chỉ là động tác lúc đó mà còn thể hiện được cả động tác ở trong một thời gian nhất định.
アルバイトをしながら学校に通っています。

*Tôi vừa đi học vừa đi làm thêm.*

3）Biến đổi thể "ます" thành "ながら"

みます → みながら
します → しながら

49

① 何を着たらいいですか。　　*Tôi mặc gì thì được ạ?*

Cấu trúc "Từ để hỏi + V たらいいですか" là cách nói tìm kiếm lời khuyên từ đối phương.

どうしたらいいですか。　　*Làm thế nào thì tốt?*

② 黒いスーツを着たらどうですか。　　*Bạn mặc áo vest màu đen xem thế nào?*

"V たらどうですか" là cách nói khuyên người nghe làm động tác đó.

Không sử dụng để khuyên người trên mà lúc đó sẽ sử dụng "V たらいかがですか".

③ 同窓会に出席していただけませんか。

*Anh có thể tham gia buổi hội trường được không?*

"V ていただけませんか" là cách nói nhờ vả muốn đối phương làm một việc gì đó cho mình một cách lịch sự.

④ カウンセラーはどうして両親が反対していると思っていますか。

*Tại sao nhân viên tư vấn lại cho rằng bố mẹ tôi phản đối?*

"とおもっています" được dùng để nói về suy nghĩ của người thứ ba. Ngoài ra, dùng cả khi người nói nêu ý kiến hay suy luận mà mình có từ trước tới giờ.

クラスのみんなはわたしがいちばん早く結婚すると思っています。

*Tất cả mọi người trong lớp đều nghĩ là tôi sẽ là người cưới sớm nhất.*

わたしはアルバイトをしながら音楽の活動をしたいと思っています。

*Tôi vẫn muốn vừa đi làm thêm vừa hoạt động trong lĩnh vực âm nhạc.*

"とおもいます" là cách nói sử dụng để người nói nêu ý kiến và suy luận của mình. (⇒ Bài 19-**2**)

① どこへ行くの？　　*Đi đâu đấy?*

Trong hội thoại không mang tính trịnh trọng, "んですか" trở thành "の？" và không có trợ từ để hỏi "か" ở cuối câu. Phát âm cao giọng ở "の？".

② うらやましいなあ。　　*Thích thế!*

"なあ" là trợ từ diễn tả điều người nói cảm nhận được hoặc thể hiện sự xúc động của người nói. Từ loại đứng trước "なあ" để ở thể thường. Vì là cách nói hội thoại thân mật, không trịnh trọng nên không sử dụng khi nói chuyện với người trên.

50

# Từ và thông tin văn hóa

### 薬と診療科 Thuốc và các khoa

1. 薬袋

    Bao đựng thuốc

のみぐすり

リン・タイ　様

＜のみかた＞　　1　日　3　回　3　日分
＜ cách uống ＞ phần thuốc cho 3 ngày, uống 3 lần/ngày

1回の量　liều một lần

錠剤　thuốc viên　　　　　1　錠　viên

粉薬　thuốc bột　　　　包　gói

カプセル　viên con nhộng　　　　個　viên

食後　　　食前　　　食間
sau ăn　　trước ăn　　giữa bữa ăn

食後2時間　　　寝る前
2 tiếng sau ăn　　trước khi đi ngủ

2. 薬の種類 Các loại thuốc

   飲み薬 thuốc uống　塗り薬 thuốc bôi　はり薬 thuốc dán
   うがい薬 thuốc súc miệng　風邪薬 thuốc cảm　胃薬 thuốc đau dạ dày
   目薬 thuốc mắt　痛み止め thuốc giảm đau

3. 診療科 Các khoa

   内科 nội khoa　　小児科 khoa nhi　　外科 khoa ngoại
   整形外科 khoa ngoại chỉnh hình　　皮膚科 khoa da liễu　　歯科 nha khoa
   耳鼻科 khoa tai mũi họng　　眼科 khoa mắt
   産婦人科 khoa phụ sản

# まとめ5

## Từ vựng

| | | |
|---|---|---|
| アイスクリーム | | kem |
| パスポート | | hộ chiếu |
| せいのう | 性能 | chức năng, tính năng |
| ガラス | | kính |
| プラスチック | | nhựa |
| きおん | 気温 | nhiệt độ không khí |
| あまぐ | 雨具 | áo mưa |
| 〜ばあい | 〜場合 | (trong) trường hợp 〜 |
| | | |
| としをとる　I | 年を取る | có tuổi |
| たのしむ　I | 楽しむ | vui thú |
| きをつける　II | 気をつける | cẩn thận, chú ý |
| かわる　I | 変わる | thay đổi |
| おりる　II | 下りる | xuống |
| | | |
| くるしい | 苦しい | khổ sở, khó nhọc, đau đớn |
| | | |
| —ど（℃） | —度 | — độ |
| | | |
| だんだん | | dần dần |
| はっきり | | rõ ràng |
| ゆっくり | | chậm rãi, từ từ |
| じゅうぶん | 十分 | đầy đủ |
| | | |
| しかし | | nhưng |
| また | | ngoài ra, và |

# 28 Trời mọc sao.

## Hội thoại

Malet: Yên tĩnh quá! Nghe thấy cả tiếng sóng nữa đấy.
Smith: Cả tiếng gió nữa. Anh nhìn kìa, trời mọc đầy sao.
Malet: Marie, em hãy nhìn chỗ đằng kia!
Smith: Ôi, em thấy những con thuyền. Nhiều đèn thắp sáng thế!
Malet: Họ đang câu mực đấy mà em.
Smith: Đèn thuyền rung rinh. Trông lãng mạn anh nhỉ!
Malet: Mình đi dạo một chút đi em!
Smith: Vâng.

# Từ vựng

**28**

| | | |
|---|---|---|
| むし | 虫 | sâu bọ, côn trùng |
| かぎ | | khóa, chìa khóa |
| カーテン | | rèm |
| ひきだし | 引き出し | ngăn kéo |
| きんこ | 金庫 | két sắt |
| ゆか | 床 | sàn nhà |
| かびん | 花瓶 | bình hoa |
| しょるい | 書類 | giấy tờ, hồ sơ |
| かいちゅうでんとう | 懐中電灯 | đèn pin |
| でんち | 電池 | pin |
| あな | 穴 | lỗ, hố |
| ふくろ | 袋 | túi |
| もうふ | 毛布 | chăn |
| ニュース | | thời sự |
| ボーナス | | tiền thưởng |
| あじ | 味 | vị |
| におい | | mùi |
| かぜ | 風 | gió |
| おと | 音 | âm thanh |
| でんせん | 電線 | dây điện |
| つなみ | 津波 | sóng thần |
| じょうほう | 情報 | thông tin |
| しぜん | 自然 | tự nhiên, thiên nhiên |
| さいがい | 災害 | thiên tai, thảm họa |
| なみ | 波 | sóng |
| そら | 空 | bầu trời |
| ほし | 星 | sao |
| いか | | mực |
| さいきん | 最近 | gần đây |
| たおれる　II | 倒れる | ngã, đổ |
| しまる　I | 閉まる | đóng |

| やぶれる　Ⅱ | 破れる | bị rách, bị vỡ, bị phá vỡ |
|---|---|---|
| かかる［かぎが〜］　Ⅰ | | được khóa |
| ぬれる　Ⅱ | | ướt |
| かわく＊　Ⅰ | 乾く | khô |
| おちる　Ⅱ | 落ちる | rụng, rơi |
| おれる　Ⅱ | 折れる | bị gẫy, bị gập, rẽ, nhượng bộ |
| きれる　Ⅱ | 切れる | (dùng) hết, đứt |
| よごれる　Ⅱ | 汚れる | bị bẩn, bị rây bẩn |
| できる　Ⅱ | | (được làm) xong |
| にこにこする　Ⅲ | | mỉm cười |
| まぜる　Ⅱ | 混ぜる | trộn, trộn lẫn |
| ふむ　Ⅰ | 踏む | giẫm chân |
| のばす　Ⅰ | 延ばす | dát mỏng, dát phẳng, trải phẳng |
| たたむ　Ⅰ | 畳む | gấp |
| する　Ⅲ | | cảm thấy (động từ diễn tả hiện tượng được cảm nhận bằng năm giác quan) |
| とおる　Ⅰ | 通る | đi qua |
| キャッチする　Ⅲ | | bắt lấy |
| こまる　Ⅰ | 困る | khó xử, bị rắc rối |
| ゆれる　Ⅱ | 揺れる | rung lắc |
| くわしい | 詳しい | ti mỉ, chi tiết |
| うすい | 薄い | mỏng |
| あつい＊ | 厚い | dày |
| ほそい | 細い | mảnh, gầy, nhỏ |
| ふとい＊ | 太い | béo, to |
| ていねい［な］ | 丁寧［な］ | lịch sự |
| へん［な］ | 変［な］ | lạ, lạ lùng, kỳ dị |
| せいかく［な］ | 正確［な］ | chính xác |
| ロマンチック［な］ | | lãng mạn |
| さっき | | vừa nãy |
| できるだけ | | hết sức có thể |

| ですから | vì vậy (cách nói lịch sự của "だから") |
|---|---|
| ほら | này |
| 〜によると | theo 〜 |
| だからなんですね。 | Thảo nào! |
| これでいいですか。 | Như thế này được chưa? |

# Giải thích ngữ pháp

## Trạng thái 1, truyền đạt lại lời nói

28

**1.** 自転車が倒れています。　*Chiếc xe đạp bị đổ.*

● **N が V ています**

1) "V ています" thể hiện trạng thái như là kết quả của một động tác, một sự tác động nào đó. Thường được sử dụng để giải thích về trạng thái đang diễn ra trước mắt đó hoặc để nói về điều lần đầu tiên để ý đến trạng thái đó. "じてんしゃがたおれています" diễn tả việc chiếc xe đạp bị đổ và trạng thái đó đang được giữ nguyên.

2) Động từ được dùng trong cách nói này là tự động từ, chẳng hạn như "たおれる", "とまる", v.v. và là những động từ thể hiện sự thay đổi mang tính tức thời.

3) Chủ ngữ được thể hiện bằng "が".

> Từ trước tới nay đã được học các cách sử dụng "V ています" như sau:
> キムさんは今漢字を書いています。　*Bây giờ Kim đang viết chữ Hán.* ⇒ Bài 15
> ナルコさんは結婚しています。　*Naruko đã kết hôn.* ⇒ Bài 16
> ナルコさんは大学で働いています。
> *Naruko đang làm việc ở trường đại học.* ⇒ Bài 16

**2.** 新聞で読んだんですが、新しい空港ができるそうです。

*Tôi đã đọc trên báo thấy nói sân bay mới sẽ được xây dựng.*

● **S (thể thường) そうです**

1) Là cách nói truyền đạt lại nguyên thông tin mà mình đã đọc hay nghe được. Trong câu hội thoại, "～んですが" nhiều khi được sử dụng với hình thức của câu mào đầu như là nơi xuất phát nguồn thông tin.

2) Từ loại đứng trước "そうです" để ở thể thường.
50年前ここは海だったそうです。

*Nghe nói, 50 năm về trước ở đây là biển.*
ゆり大学の入学試験はとても難しいそうです。

*Nghe nói, thi vào trường Đại học Yuri rất khó.*
今週の会議はないそうです。

*Hình như tuần này không có họp.*

57

**3.** 字を大きく　書いてください。　　*Hãy viết chữ to vào!*

字をきれいに書いてください。　　*Hãy viết chữ đẹp vào!*

● [ いA く ] V
　　[ なA に ]

Khi tính từ làm nhiệm vụ bổ nghĩa cho động từ, ta đổi tính từ thành phó từ như sau:

いA： おおきい → おおきく

　　　 ちいさい → ちいさく

　　　　　*いい → 　　よく

なA： きれい → きれいに

　　　 しずか → しずかに

あとで詳しく説明します。　　*Tôi sẽ giải thích cụ thể sau.*

病院では静かに歩いてください。　　*Hãy đi nhẹ nhàng trong bệnh viện.*

**4.** この牛乳は変な味がします。　　*Sữa bò này có vị lạ.*

● N (vị/mùi/âm thanh/tiếng nói) がします

Là cách nói thể hiện mùi, vị, âm thanh, tiếng nói được cảm nhận, nhận biết.

........................................................................

① もう少し歩きましょうか。　　*Chúng mình đi dạo thêm một chút nữa đi.*

　1）"ましょうか" là cách nói diễn tả người nói rủ rê, thúc giục người nghe cùng hành động với mình. Có nghĩa là "chúng ta/chúng mình hãy cùng… đi/ nào".

　2）Thay đổi dạng ます "ます" bằng "ましょうか".

　　あるきます → あるきましょうか

　　やすみます → やすみましょうか

② 台風で橋が壊れました。　　*Cây cầu bị bão làm hỏng.*

"で" là trợ từ biểu thị nguyên nhân. Sử dụng đi cùng với danh từ chỉ thiên tai, sự cố, v.v..

③ 調査によると、毎日小さい地震が起きているそうです。

*Theo điều tra thì hàng ngày đều có những trận động đất nhỏ xảy ra.*

"Nによると" biểu thị nguồn thông tin. Có nghĩa là "theo ~". Là cách nói mang tính trịnh trọng hơn là "よんだんですが", "きいたんですが".

58

Tha động từ và tự động từ

1) Động từ đi cùng với từ chỉ đối tượng của hành động nhắm tới gọi là tha động từ, động từ không đi cùng với từ chỉ đối của hành động nhắm tới gọi là tự động từ.

| | | |
|---|---|---|
| テレビを見ます。 | *Xem ti vi.* | Tha động từ |
| ドアを開けます。 | *Mở cửa.* | Tha động từ |
| 銀行があります。 | *Có ngân hàng.* | Tự động từ |
| ドアが開きます。 | *Cửa mở.* | Tự động từ |

2) Tha động từ được sử dụng khi muốn nói tập trung vào hành vi của chủ thể. Còn tự động từ được sử dụng khi muốn chú ý vào kết quả hay sự thay đổi của hành vi.

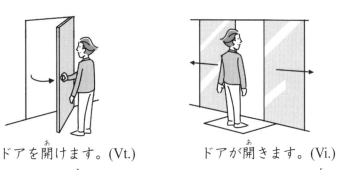

ドアを開けます。(Vt.)　　　ドアが開きます。(Vi.)

3) Trong tự động từ tồn tại những tự động từ có tha động từ đối ứng. (⇒ Bài khóa chính, trang 136) "Vています" có nghĩa như sau trong cặp tha động từ và tự động từ:

Vt.：ドアを閉めています。　*Đang đóng cửa.*

Vi.：ドアが閉まっています。　*Cửa đang đóng.*

4) "いく", "くる", "かえる", "およぐ", "あるく", "はしる", v.v. là các tự động từ thể hiện hành vi có ý chí của chủ thể hành động.

# Từ và thông tin văn hóa

## 28

### 災害 Thiên tai, thảm họa

**1.** 自然災害 Thiên tai

台風・ハリケーン・サイクロン　　地震　　　　　　津波
bão/bão Hurricane/bão Cyclone　　động đất　　　sóng thần

噴火　　　　　　　　山火事　　　　　　雪崩
núi lửa phun trào　　cháy rừng　　　　lở tuyết

竜巻　　　　　洪水　　　　土砂崩れ
vòi rồng　　　lũ lụt　　　 sạt lở đất

**2.** 防災セット　Bộ dụng cụ phòng chống thiên tai

水 nước　　　薬 thuốc men　　タオル khăn mặt

まくら gối　　手袋 găng tay　　マスク khẩu trang

カイロ miếng sưởi ấm　　電池 pin

ビニール袋 túi ni-lông　　懐中電灯 đèn pin

ラジオ đài　　非常食 đồ ăn dự trữ trong tình huống khẩn cấp

防災リュック ba lô đựng đồ dự phòng trong tình huống khẩn cấp

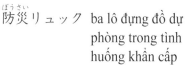

60

# 29 Nó vừa là công việc có trọng trách nhiệm, mình vừa có thể thu được kinh nghiệm mới...

## Hội thoại

Smith: Ơ! Noguchi, cậu chuyển nhà à?

Noguchi: Ừ, mình đã được quyết định chuyển công tác đến Fukuoka.

Smith: Ô thật hả? Khá là gấp nhỉ!

Noguchi: Ừ, chi nhánh công ty được thành lập ở Fukuoka, mình được quyết định đi đến đó.

Smith: Thế à?

Noguchi: Nó vừa là công việc đòi hỏi có trách nhiệm, mình vừa có thể thu được kinh nghiệm mới…

Smith: Thế à? Buồn nhỉ!

Noguchi: Hãy cùng mọi người ở trường đến chỗ mình chơi! Nếu là 5 người thì ở được nhà mình đấy!

Smith: Hả?

Noguchi: Mình đã thuê một cái nhà cũ nhưng rộng mà.

Smith: Thế à? Cám ơn cậu!

# Từ vựng

| みどり | 緑 | màu xanh lá cây, cây cối |
|---|---|---|
| がくしょく | 学食 | nhà ăn sinh viên (cách nói tắt của "学生食堂") |
| ねだん | 値段 | giá cả |
| りょう | 量 | lượng, số lượng |
| メニュー | | thực đơn |
| えいよう | 栄養 | dinh dưỡng |
| バランス | | cân bằng |
| メモ | | ghi chép |
| とかい | 都会 | đô thị, thành phố |
| いなか | 田舎 | nhà quê |
| がいしょく | 外食 | ăn ngoài |
| じすい | 自炊 | tự nấu |
| しゅうしょく | 就職 | vào làm việc |
| こうこく | 広告 | quảng cáo |
| してん | 支店 | chi nhánh |
| システム | | hệ thống |
| しんにゅう〜 | 新入〜 | 〜 mới vào |
| しゃいん | 社員 | nhân viên công ty |
| しんにゅうしゃいん | 新入社員 | nhân viên mới vào |
| せんもん | 専門 | chuyên môn |
| けんしゅう | 研修 | tập huấn |
| フレックスタイム | | chế độ giờ làm việc linh hoạt |
| せきにん | 責任 | trách nhiệm |
| えいぎょうする　Ⅲ | 営業する | làm việc, kinh doanh, mở cửa |
| きがつく　Ⅰ | 気がつく | để ý |
| とめる　Ⅱ | 泊める | trọ, ngủ lại, tá túc |
| たいそうする　Ⅲ | 体操する | tập thể dục |
| きまる　Ⅰ | 決まる | được quyết định |

| | | |
|---|---|---|
| だす　Ⅰ | 出す | đăng, cho ra (quảng cáo, v.v. (＋を) lên báo, v.v. (＋に)) |
| かいはつする　Ⅲ | 開発する | phát triển |
| かえる　Ⅱ | 変える | đổi, thay, thay đổi |
| ぼしゅうする　Ⅲ | 募集する | tuyển mộ |
| てんきんする　Ⅲ | 転勤する | bị điều chuyển, bị chuyển nơi công tác |
| あかるい | 明るい | sáng sủa, vui vẻ |
| がまんづよい | 我慢強い | giỏi chịu đựng |
| ほうふ[な] | 豊富[な] | phong phú |
| きれいずき[な] | きれい好き[な] | ưa sạch sẽ |
| かっぱつ[な] | 活発[な] | năng nổ, hoạt bát |
| あんぜん[な] | 安全[な] | an toàn |
| じゆう[な] | 自由[な] | tự do |
| きゅう[な] | 急[な] | gấp |
| いっしょうけんめい | 一生懸命 | chăm chỉ |
| ずいぶん | | khá là, rất |
| ～けど、～。 | | nhưng mà (sử dụng trong hội thoại không mang tính trịnh trọng) |

---

| | | |
|---|---|---|
| すばるでんき | すばる電気 | Công ty Điện Subaru |
| みどりでんき | みどり電気 | Công ty Điện Midori |
| サミットでんき | サミット電気 | Công ty Điện Summit |

# Giải thích ngữ pháp

## Liệt kê, quyết định

**29**

**1.** ここは静かだし、人が親切だし、いい町です。

*Đây là một thị trấn tốt, vừa yên tĩnh, con người lại vừa thân thiện.*

● S (thể thường) し、～

1 ) Là cách nói về cảm xúc mà ở đó liệt kê những nội dung bình phẩm cùng loại và ngoài ra còn nhiều điều khác nữa.

この会社は給料が安いし、残業が多いし、休みが少ないです。

*Công ty này lương thì thấp, giờ làm thêm thì nhiều, ngày nghỉ thì ít.*

Aさんは、まじめだし、明るいし、それに話が上手です。

*A vừa chăm chỉ, vừa vui vẻ, lại vừa nói giỏi nữa.*

Không hạn định số lượng "S し" trong câu.

みどり大学の学食は安いし、おいしいです。

*Bữa ăn ở trường Đại học Midori vừa rẻ lại vừa ngon.*

2 ) Trường hợp ở cuối câu thể hiện sự nhận định, kết luận thì "S し" thể hiện căn cứ, lý do, v.v. dẫn đến sự nhận định, ngoài ra cũng ám chỉ một điều rằng có lý do hay căn cứ. Cũng có khi không nói rõ kết luận mà chỉ kết thúc bằng "S し".

バスが来ないし、タクシーで行きました。

*Xe buýt không đến thế là đi taxi.*

みどり大学を受けたいです。有名な先生がいるし……。

*Tôi muốn thi vào trường Đại học Midori. Vừa có thày giáo nổi tiếng...*

3 ) Là cách nói liệt kê những đánh giá đồng loại nên cũng có khi "も" được sử dụng làm trợ chủ ngữ.

この仕事は給料も安いし、残業も多いし、早く辞めたいです。

*Công việc này lương vừa rẻ, vừa hay phải làm thêm giờ nên tôi muốn nhanh chóng bỏ việc.*

**2.** わたしは今日からジョギングをすることにしました。
わたしは今日からお酒を飲まない　ことにしました。

*Tôi quyết định bắt đầu từ ngày hôm nay sẽ chạy bộ.*

*Tôi quyết định bắt đầu từ ngày hôm nay sẽ không uống rượu.*

● $\begin{bmatrix} \text{V dic.} \\ \text{V ない} \end{bmatrix}$ ことにしました

1 ) "ことにしました" là cách nói được dùng để biểu thị nội dung mình đã

quyết định.

2）Cách nói này được sử dụng để diễn đạt một việc là dù hành động vẫn chưa được thực hiện trên thực tế nhưng đã được quyết định.

わたしは来月帰国することにしました。

*Tôi quyết định tháng tới sẽ về nước.*

29

---

**3.** 来週の会議は2階の会議室ですることになりました。
来週の会議はしない　　　　　　　ことになりました。

*Cuộc họp tuần sau được quyết định sẽ diễn ra tại phòng họp tầng hai.*

*Cuộc họp tuần sau được quyết định sẽ không diễn ra nữa.*

● $\begin{bmatrix} \text{V dic.} \\ \text{V ない} \end{bmatrix}$ ことになりました

"ことになりました" là cách nói không phải là biểu thị những điều đã được quyết định bằng ý chí của bản thân mình mà là những điều đã được mọi người bàn bạc dẫn đến quyết định hoặc được người khác chỉ thị quyết định.

---

**4.** 山田さんは来週ドイツへ出張することになっています。
うちの会社では水曜日残業しない　ことになっています。

*Anh Yamada được quyết định sẽ đi công tác ở Đức vào tuần sau.*

*Trong công ty tôi có quy định thứ tư không làm thêm giờ.*

● $\begin{bmatrix} \text{V dic.} \\ \text{V ない} \end{bmatrix}$ ことになっています

"ことになっています" thể hiện những nội dung liên quan đến kế hoạch dự định đã được quyết định, quy định của tổ chức, thói quen.

- - - - - - - - - - - - - - - - - - - - - - - - - - - - - - - - - - - - - - - -

① この仕事は責任のある仕事です。

*Công việc này là công việc đòi hỏi có trách nhiệm.*

Cũng có khi "の" được thay cho "が" là trợ từ chủ ngữ trong cụm định ngữ.

② 古いけど、広いうちを借りた。　　*Tôi đã thuê một cái nhà cũ nhưng rộng.*

"けど" là liên từ, được sử dụng trong ngôn ngữ nói. Có nghĩa là "nhưng".

福岡へ転勤することになったんだ。

*Tôi được quyết định chuyển công tác đến Fukuoka.*

"んだ" là thể thường của "んです".

65

# Từ và thông tin văn hóa

## 求人情報 Thông tin tuyển người

**すばる電気** Công ty Điện Subaru
**正社員募集** Tuyển nhân viên chính thức

職種 Loại công việc：事務 công việc văn phòng
給与 Lương：20万円／月 200.000 yên
勤務時間 Thời gian làm việc：9:00-17:00　昼休み Nghỉ trưa：12:00 〜 13:00
週休2日 Tuần nghỉ 2 ngày　有休 Nghỉ phép có lương：年10日 một năm 10 ngày
賞与 thưởng：年2回 năm 2 lần
　※交通費支給　phụ cấp đi lại
　※社会保険完備　đóng bảo hiểm xã hội
　※経験不問　không đòi hỏi kinh nghiệm
　※履歴書（写真添付）郵送　sơ yếu lí lịch (kèm theo ảnh) gửi bưu điện

**スバルスーパー**
**パート・アルバイト募集**
Siêu thị Subaru
tuyển nhân viên bán thời gian,
nhân viên làm thêm

職種 Loại công việc：レジ係　Nhân viên thu ngân
時給 Lương tính theo giờ：850円〜 1,000円
交通費支給（1,000円まで）
Phụ cấp đi lại (tối đa 1.000 yên)
勤務時間・曜日：応相談
Thời gian làm việc/ngày thứ: theo thỏa thuận

# 30 Tôi định vào trường dạy nghề làm bánh kẹo.

## Hội thoại

Tanaka: Kim định sẽ thế nào sau khi tốt nghiệp đấy?

Kim: Em định vào trường dạy nghề làm bánh kẹo. Vì tương lai em muốn sau khi về nước sẽ mở cửa hàng của riêng mình.

Tanaka: Cửa hàng của riêng mình á?

Kim: Vâng, em muốn sử dụng những nguyên liệu tốt, làm ra những chiếc bánh ga-tô ngon lành.

Tanaka: Được đấy nhỉ! Thế còn Lin thì thế nào?

Lin: Em định về nước sẽ lập một công ty du lịch.

Tanaka: Cả Kim và Lin đều đang nghĩ rất kỹ về tương lai của mình nhỉ! Để thực hiện ước mơ của mình, hãy cố lên nhé!

## Từ vựng

| | | |
|---|---|---|
| よてい | 予定 | dự định, lịch, kế hoạch |
| いぬごや | 犬小屋 | chuồng chó |
| うさぎ | | thỏ |
| はなたば | 花束 | bó hoa |
| ぼうえんきょう | 望遠鏡 | kính viễn vọng |
| けんこう | 健康 | sức khỏe |
| かんけい | 関係 | mối quan hệ |
| にんげんかんけい | 人間関係 | quan hệ người với người |
| あいさつ | | lời chào, chào hỏi |
| かいがい | 海外 | nước ngoài |
| さばく | 砂漠 | sa mạc |
| いど | 井戸 | giếng |
| ひょうご | 標語 | khẩu hiệu |
| じぶん | 自分 | tự, tự mình, bản thân |
| | | |
| ～ご | ～後 | sau khi ～ |
| そつぎょうご | 卒業後 | sau khi tốt nghiệp |
| | | |
| ためる　Ⅱ | | để dành (tiền), tích, tích lũy |
| こくはくする　Ⅲ | 告白する | tỏ tình |
| うえる　Ⅱ | 植える | trồng |
| ほる　Ⅰ | 掘る | đào |
| たてる　Ⅱ | 建てる | xây dựng |
| あたためる　Ⅱ | 温める | hâm nóng |
| まもる　Ⅰ | 守る | giữ gìn, bảo vệ |
| じつげんする　Ⅲ | 実現する | thực hiện |
| | | |
| おく | 億 | một trăm triệu |
| | | |
| もっと | | nữa |
| | | |
| ～ために、～ | | Để ～, ～ |

| いこうけい | 意向形 | thể ý chí |
| ＡＴＭ | | máy ATM, máy rút tiền tự động |

30

# Giải thích ngữ pháp

### Thể ý chí, mục đích 1

**1.** Thể ý chí

　1）Trong bài này ta học thể ý chí diễn tả ý chí của người nói.

　　Cách cấu tạo động từ thể ý chí như sau:

　　Nhóm Ⅰ：thay âm thuộc cột "う" ở cuối đuôi động từ nguyên thể bằng "-o う".

　　Nhóm Ⅱ：Thay "る" động từ nguyên thể bằng "よう".

　　Nhóm Ⅲ："くる→こよう", "する→しよう"

|   | V dic. | V (Thể ý chí) |  |  |   | V dic. | V (Thể ý chí) |  |
|---|---|---|---|---|---|---|---|---|
| Ⅰ | かう | かおう | う→お |  | Ⅱ | たべる | たべよう |  |
|   | かく | かこう | く→こ |  |   | ねる | ねよう | る→ |
|   | いそぐ | いそごう | ぐ→ご |  |   | おきる | おきよう | よう |
|   | はなす | はなそう | す→そ |  |   | かりる | かりよう |  |
|   | まつ | まとう | つ→と | う | Ⅲ | くる | こよう |  |
|   | しぬ | しのう | ぬ→の |  |   | する | しよう |  |
|   | あそぶ | あそぼう | ぶ→ぼ |  |   |   |   |  |
|   | よむ | よもう | む→も |  |   |   |   |  |
|   | かえる | かえろう | る→ろ |  |   |   |   |  |

　2）Thể ý chí là thể văn phong bình thường của "Vましょう". Thường được dùng trong hội thoại có văn phong bình thường. Ngoài ra, cũng hay được sử dụng trong các khẩu hiệu, biểu ngữ.

　　ごみはごみ箱に捨てよう！　*Hãy vứt rác vào thùng rác! (Khẩu hiệu)*

**2.** わたしは冬休み北海道へ行こうと思っています。

*Tôi định đi đến Hokkaido vào dịp nghỉ đông.*

● V (thể ý chí) と思っています

　1）Là nói diễn đạt ý chí mà ở đó người nói dự định bản thân sẽ thực hiện trong tương lai. Nội dung mà người nói suy nghĩ được đưa ra đưa ra bằng trợ từ "と" biểu thị trích dẫn.

2 ) "thể ý chí とおもっています" và "thể ý chí とおもいます" được sử dụng giống như nhau. Tuy nhiên, "thể ý chí とおもっています" chỉ có thể biểu thị ý chí của người nói. (⇒ Bài 27-④)

○山田さんは会社を辞めようと思っています。

*Anh Yamada định thôi làm ở công ty.*

×山田さんは会社を辞めようと思います。

**3.**

| レポートを書くために、資料を集めています。 |
| 発表の　　　　ために、資料を集めています。 |

*Tôi đang tập hợp tài liệu để viết báo cáo.*

*Tôi đang tập hợp tài liệu cho bài phát biểu.*

● ⎡ V dic. ⎤ ために、S
　 ⎣ N の 　 ⎦

1 ) Là cách nói thể hiện mục đích, có nghĩa là thực hiện S để nhắm đến việc thực hiện mục đích là V hoặc N. V hoặc N đứng trước "ために" diễn tả mục đích được thực hiện bằng ý chí của người nói. V phần nhiều là "động từ ý chí". Không sử dụng được thể khả năng, v.v..

2 ) Trường hợp danh từ là người hay một tổ chức thì có nghĩa là "nhắm đến lợi ích, sự ơn huệ của (N)". Có nghĩa là "vì".

家族のために、働いています。　*Tôi làm việc vì gia đình.*

· · · · · · · · · · · · · · · · · · · · · · · · · · · · · · · · · · · · · · · · · · · · · · · · · · · · · · · · · ·

ラーメン、食べようか。　*Ăn Ramen chứ?*

Thể văn phong bình thường của "V ましょうか" là "V (thể ý chí) か.

ラーメン、食べましょうか。　→　ラーメン、食べようか。

　　　　　　　　　　　　　　　*Ăn Ramen chứ?* (rủ rê)

手伝いましょうか。　　　→　手伝おうか。

　　　　　　　　　　　　　　　*Để đây giúp cho nhé!* (đề nghị)

# Từ và thông tin văn hóa

## 交通と標語 Giao thông và khẩu hiệu

**1. 道路・交通 Đường bộ/giao thông**

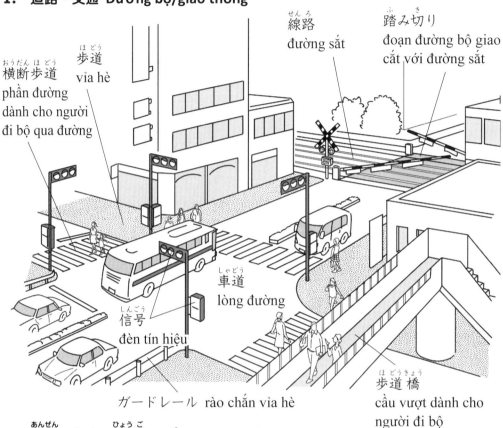

**2. 安全のための標語 Khẩu hiệu an toàn giao thông**

# 31 Từ giờ cho đến ngày mai tôi sẽ xem cho.

## Hội thoại

Suzuki: Pon đã quyết định trường đại học nào để thi vào chưa?

Chatchai: Vâng, em định sẽ thi vào Trường đại học Yuri va Trường đại học Midori ạ.

Suzuki: Bằng tốt nghiệp và giấy chứng nhận thành tích học tập thế nào rồi?

Chatchai: Em đã nhờ trường cấp ba rồi nên chắc sắp được gửi đến ạ. À, cô ơi…

Suzuki: Gì đấy?

Chatchai: Em đã viết xong bản nguyện vọng, em có thể nhờ cô xem cho em được không ạ?

Suzuki: Ừ, được em! Từ giờ cho đến ngày mai tôi sẽ xem cho.

Chatchai: Em cám ơn cô! Cô giúp em ạ!

## Từ vựng

| | | |
|---|---|---|
| くつした | 靴下 | tất |
| ホワイトボード | | bảng trắng |
| プラグ | | đồ thị |
| かべ | 壁 | tường |
| ざぶとん | 座布団 | đệm ngồi |
| ひじょうぐち | 非常口 | cửa thoát hiểm |
| あんない | 案内 | thông báo, hướng dẫn |
| ひょう | 表 | bảng biểu |
| スケジュールひょう | スケジュール表 | bảng lịch trình |
| スクリーン | | màn hình |
| ちゃいろ | 茶色 | màu nâu |
| A 4 | | khổ A4 |
| マラソン | | ma-ra-tông |
| しみんマラソン | 市民マラソン | ma-ra-tông quần chúng |
| いいんかい | 委員会 | ban, ủy ban |
| じゅんびいいんかい | 準備委員会 | ban tổ chức |
| たいかい | 大会 | hội thao, đại hội, liên hoan, cuộc thi |
| マラソンたいかい | マラソン大会 | cuộc thi ma-ra-tông |
| とどけ | 届け | đơn xin |
| コース | | đường đua, đường chạy |
| がいこく | 外国 | nước ngoài |
| ポスター | | áp phích |
| ランナー | | vận động viên chạy, người chạy |
| せいこう | 成功 | thành công |
| しょうめいしょ | 証明書 | giấy chứng nhận, bằng |
| そつぎょうしょうめいしょ | 卒業証明書 | bằng tốt nghiệp |
| がんしょ | 願書 | tờ nguyện vọng, tờ đăng ký |
| まわり | 周り | xung quanh |
| かたづける　Ⅱ | 片付ける | dọn dẹp |

| | | |
|---|---|---|
| ひやす　I | 冷やす | làm lạnh |
| かざる　I | 飾る | trang trí |
| しまう　I | | cất |
| かくす　I | 隠す | giấu, trốn |
| けす　I | 消す | xóa |
| しめる　II | 閉める | đóng, đậy |
| かける[かぎを～]　II | | khóa |
| そのままにする　III | | để nguyên |
| だす　I | 出す | lấy ra |
| はる　I | 張る | dán (vật ＋に) (vật ＋を) |
| かける　II | 掛ける | treo (chỗ ＋に) (vật ＋を) |
| じゅけんする　III | 受験する | thi, dự thi |
| あぶない | 危ない | nguy hại |
| ふくざつ[な] | 複雑[な] | phức tạp |
| いよいよ | | cuối cùng |
| そのほかに | | ngoài ra, ngoài cái đó ra |
| けっこうです。 | 結構です。 | Xin lỗi tôi không cần! (dùng khi từ chối một cách lịch sự) |
| どうなっていますか。 | | Như thế nào rồi? |

31

| | |
|---|---|
| Ｂ４ | khổ B4 |

75

# Giải thích ngữ pháp

## Chuẩn bị, trạng thái 2

**1.** 旅行に行くまえに、ガイドブックを読んでおきます。

*Trước khi đi du lịch, tôi đọc sẵn sách hướng dẫn.*

● V ておきます

1）Là cách nói biểu thị việc làm một việc gì đó (V) sẵn trước để cho một việc sẽ xảy ra sau đó.

2）Cũng có khi biểu thị ý thực hiện một hành động cần thiết để chuẩn bị cho việc sử dụng lần tiếp theo.

会議が終わったら、机を片付けておきます。

*Họp xong, dọn lại bàn.*

**2.** 窓を開けておきます。　　*Mở sẵn cửa sổ.*

● V ておきます

Sử dụng "V ておきます" cả khi muốn diễn tả một việc không thay đổi mà giữ nguyên trạng thái V hiện tại. Trong mạch văn hay trong tình huống vừa có ý nghĩa là chuẩn bị vừa có ý nghĩa là để phó mặc.

Ａ：窓を閉めましょうか。　*Tôi đóng cửa sổ lại chứ nhỉ!*

Ｂ：いいえ、開けておいてください／そのままにしておいてください。

*Không, cứ để mở!/ Cứ để nguyên như thế!*

**3.** 壁に地図が張ってあります。　　*Trên tường có dán tấm bản đồ.*

● N が V てあります

1）Là cách nói đi cùng với tha động từ, diễn tả rằng trạng thái hiện tại của N đang như thế nào đó. Rất giống với "V ています" nhưng "V てあります" biểu thị rằng có một mục đích, lý do nào đó, con người đã tạo ra trạng thái này một cách có chủ ý. ⇒ Bài 28

Ａ：あ、窓が開いていますよ。閉めましょうか。

*A, cửa sổ đang mở đấy bác. Để cháu đóng lại, bác nhé!*

Ｂ：今から掃除するので、開けてあるんですよ。

*Bác dọn vệ sinh bây giờ nên cửa mở là vì vậy.*

2）Ngoài ra, còn có cả nghĩa diễn tả tình hình chuẩn bị.

Ａ：通訳は頼んでありますか。　*Nhờ được phiên dịch chưa?*

Ｂ：はい、もう頼んであります。　*Vâng, nhờ xong rồi ạ.*

**4.** ゆうべお酒を飲みすぎました。　*Tối qua tôi uống rượu quá nhiều.*

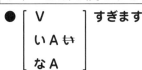

1) Trường hợp "すぎます" ghép với động từ, thể hiện cảm giác bất tiện vì đã làm một hành động một cách thái quá. Có ý nghĩa là "quá". Thay "ます" bằng "すぎます".

のみます → のみすぎます
たべます → たべすぎます

2) Trường hợp "すぎます" ghép với tính từ, thể hiện trạng thái hiện tại đang vượt quá phạm vi thông thường và không còn thích hợp. Có nghĩa là "quá".
この問題は難しすぎます。　*Vấn đề này quá khó.*
この問題は複雑すぎます。　*Vấn đề này quá phức tạp.*

Đuôi "い" của tính từ đuôi い được thay bằng "すぎます". Tính từ đuôi な sẽ được thêm "すぎます" vào phía sau.

いA：ちいさい → ちいさすぎます
　　　ながい → ながすぎます
なA：ふくざつ → ふくざつすぎます

3) "すぎます" được biến đổi giống như động từ thuộc nhóm Ⅱ.
勉強しすぎて、頭が痛いです。　*Học nhiều quá bị đau đầu.*

**5.** 髪を短くします。　*Cắt tóc ngắn.*

● ［いAく / なAに / Nに］します

1) Là cách nói thể hiện sự biến đổi, diễn tả việc làm thay đổi đối tượng một cách có chủ ý.

2) Thay đuôi "い" của tính từ đuôi -い bằng "く". Đằng sau tính từ đuôi な và danh từ thêm "に" rồi kết nối với "します".
髪をきれいにします。　*Làm sạch tóc.*
髪を茶色にします。　*Làm tóc thành màu nâu.*

いA：みじかい → みじかく ⎫
　　　*いい → よく　　　⎬ します
なA：きれい → きれいに　⎪
N ：ちゃいろ → ちゃいろに⎭

# Từ và thông tin văn hóa

## 美容院・理髪店 Tiệm làm đầu/Cửa hàng cắt tóc

**1.　メニュー　Thực đơn**

**Menu**
- パーマ　uốn tóc
- カット　cắt tóc
- シャンプー　gội đầu
- ブロー　sấy khô
- セット　uốn Setting
- トリートメント　dưỡng tóc
- ヘアカラー　nhuộm tóc

**2.　役に立つ表現　Những câu nói tiện dụng**

まゆの上でそろえてください。
Hãy cắt tóc ngắn đến trên lông mày cho tôi!

まゆが隠れるくらいにしてください。
Hãy cắt làm sao để che được lông mày cho tôi!

段をつけてください。
Hãy cắt thành lớp cho tôi!

耳を出してください。
Hãy cắt để lộ tai cho tôi!

すいてください。
Hãy tỉa thưa cho tôi!

後ろを刈り上げてください。
Hãy cắt ngắn sau gáy cho tôi!

このヘアスタイルにしてください。
Hãy làm cho tôi kiểu tóc này!

**3.　ヘアスタイル　Kiểu tóc**

丸刈り

cắt trọc, cắt húi cua

スポーツ刈り

cắt đầu đinh kiểu quân đội

五分刈り

cắt đầu đinh kiểu crew-cut

# 32 Không nên gọt vỏ táo nhỉ!

## Hội thoại

Watanabe: Tom, mời cậu dùng trà!
Jordan: Em cám ơn chị ạ! Vậy cho em một cốc ạ. Ôi, táo to thế!
Watanabe: Ừ, mẹ chị gửi cho đấy.
Jordan: Thế ạ! Ơ, chị Watanabe gọt vỏ ăn à?
Watanabe: Ừ, thế Tom không gọt vỏ mà ăn luôn à?
Jordan: Vâng! Vỏ táo vừa ngon lại vừa có chất đấy. Vì vậy, không nên gọt vỏ táo đâu!
Watanabe: Thế thì mình không gọt vỏ ăn nào!

# Từ vựng

| | | |
|---|---|---|
| よぼう | 予防 | phòng, phòng chống |
| よぼうちゅうしゃ | 予防注射 | tiêm phòng |
| マスク | | khẩu trang |
| うがい | | xúc họng |
| ビタミンC | | vitamin C |
| よふかし | 夜更かし | thức khuya |
| まいご | 迷子 | lạc, trẻ lạc |
| ローラースケート | | giày trượt |
| サングラス | | kính râm |
| おめん | お面 | mặt nạ |
| きぼう | 希望 | niềm hy vọng |
| ほうちょう | 包丁 | dao, dao phay |
| かわ | 皮 | vỏ |
| ケチャップ | | tương cà chua, ketchup |
| けいかく | 計画 | kế hoạch |
| あん | 案 | phương án |
| けいかくあん | 計画案 | phương án kế hoạch |
| あそび | 遊び | chơi |
| ボールあそび | ボール遊び | chơi bóng |
| きっさてん | 喫茶店 | quán giải khát |
| ご〜 | | tiếp đầu ngữ biểu thị thái độ lịch sự, sự kính trọng (chủ yếu đi cùng với những từ Hán) |
| （ご）いけん | （ご）意見 | ý kiến |
| お〜* | | tiếp đầu ngữ biểu thị thái độ lịch sự, kính trọng (chủ yếu đi với những từ thuần Nhật) |
| みらい | 未来 | tương lai |
| きょうみ | 興味 | hứng thú, quan tâm |
| はやる　I | | lan truyền (dịch bệnh), thịnh hành (mốt…) |
| とる　I | 取る | hấp thụ |

| | | |
|---|---|---|
| つける　Ⅱ | | mặc, đeo, phết |
| むく　Ⅰ | | bóc, gọt |
| きんしする　Ⅲ | 禁止する | cấm |
| あたる　Ⅰ | 当たる | trúng, đánh trúng (người, vật 1 +に) (vật 2 +が) |
| とぶ　Ⅰ | 飛ぶ | bay (bầu trời +を) |
| いただく　Ⅰ | 頂く | ăn, uống, nhận (khiêm tốn ngữ của 食べる, 飲む, もらう) |
| ゆっくり | | thong thả, thoải mái |
| —はい／ばい／ぱい | —杯 | — cốc/vại (trợ từ số đếm dùng để đếm đồ uống đựng trong cốc chén, v.v.) |
| 〜でも | | 〜 hay gì chứ |
| 〜をおねがいします。 | 〜をお願いします。 | Cho tôi nhờ 〜 |

# Giải thích ngữ pháp

### Khuyên nhủ, phỏng đoán 1, tình trạng phụ thuộc

**1.**
> ゆっくり休んだ　ほうがいいです。
> あまり無理をしないほうがいいです。

*Nên nghỉ ngơi thong thả.*
*Không nên cố gắng quá.*

● [ V た
　 V ない ] ほうがいいです

1) Là cách nói dùng khi đưa ra lời khuyên hay lời cảnh báo cho đối phương. Trong cách nói này có mang nét nghĩa rằng nếu không làm theo lời khuyên hay lời bảnh báo thì sẽ khổ. Nhiều trường hợp ở cuối câu có thêm trợ từ cuối "よ".

インフルエンザがはやっていますから、予防注射をしたほうがいいですよ。　*Đang có dịch cúm vì vậy nên đi tiêm phòng đi đấy.*

2) Cách nói này cũng có khi gây ấn tượng gượng ép cho nên không sử dụng cho người trên. Khi sử dụng cần phải rất chú ý.

**2.**
> 今晩雪が降るかもしれません。

*Tối nay trời có thể mưa.*

● S (thể thường) かもしれません

1) Là cách nói diễn tả về khả năng chẳng biết chừng sẽ như thế hoặc có khả năng đã trở thành như thế đối với một việc trong tương lai hoặc một việc không xác thực. Có nghĩa là "có thể/chẳng biết chừng".

2) Từ loại đứng trước "かもしれません" để ở thể thường nhưng "だ" của tính từ đuôi な và danh từ được lược bỏ.

なA：この仕事は大変かもしれません。　*Công việc này có lẽ vất vả.*

N　：あの2人は恋人かもしれません。

*Hai người ấy có lẽ là người yêu của nhau.*

**3.**

> 手袋をして　スケートをします。
> 辞書を見ないで読んでください。

*Đi găng tay trượt băng.*

*Hãy đọc mà không xem từ điển!*

● $\begin{bmatrix} \text{V1 て} \\ \text{V1 ないで} \end{bmatrix}$ V2

Giải thích việc V2 được tiến hành trong trạng thái như thế nào bằng V1. V1 được xem như là động tác phụ đi kèm với động tác chính là V2. Chủ thể của động tác V1 và V2 là một.

**32**

① お茶でもいかがですか。　*Cậu dùng trà chứ?*

"N でも" là cách nói diễn tả việc đưa N ra làm một ví dụ, ngoài ra còn có sự lựa chọn khác.

---

"お" "ご"

Việc có thêm "お" hoặc "ご" đứng trước danh từ có tác dụng tỏ ý lịch sự hay sự kính trọng. Thêm "お" hay là "ご" là tùy thuộc vào từ mà chúng thêm vào. Phần lớn, "お" đi với từ thuần Nhật, còn "ご" đi với từ có nguồn gốc từ Trung Quốc.

お国、お名前
ご家族、ご住所、ご注文、ご意見

---

83

# Từ và thông tin văn hóa

## 健康診断と病気 Khám sức khỏe và bệnh tật

**1. 基本的な検査項目 Các mục xét nghiệm cơ bản**

視力検査 kiểm tra thị lực
血圧測定 đo huyết áp
尿検査 xét nghiệm nước tiểu
聴力検査 kiểm tra thính lực
心電図検査 xét nghiệm điện tâm đồ
血液検査 xét nghiệm máu
身長計測 đo chiều cao
体重計測 đo cân nặng
胸部X線検査 chụp X quang lồng ngực
診察 khám lâm sàng

**2. 病気・けが Bệnh tật/Chấn thương**

インフルエンザ cúm　風邪 cảm　がん ung thư

糖尿病 bệnh tiểu đường　心臓病 bệnh tim　結核 lao

ぜんそく hen phế quản/hen suyễn　食中毒 ngộ độc thức ăn　ねんざ bong gân

骨折 gẫy xương　やけど bỏng　アトピー bệnh viêm da cơ địa

花粉症 bệnh dị ứng phấn hoa

# まとめ 6

## Từ vựng

| | | |
|---|---|---|
| おばけ | お化け | ma |
| かいてんずし | 回転ずし | Sushi băng truyền |
| （お）きゃく（さん） | （お）客（さん） | khách hàng, khách |
| きんいろ | 金色 | màu vàng kim |
| ひかる　Ⅰ | 光る | sáng, phát sáng, sáng bóng |
| まわる　Ⅰ | 回る | quay tròn, xoay quanh |
| のせる　Ⅱ | 載せる | để lên |
| かかる　Ⅰ | 掛かる | văng vãi, rây |
| えらぶ　Ⅰ | 選ぶ | chở, thồ |
| ―さら | ―皿 | ― đĩa (trợ từ số đếm dùng để đếm món ăn bày trên đĩa) |

# 33 Nếu có xe thì tiện.

## Hội thoại

Watanabe: Anh mua xe à?

Carlos: Vâng, vì nếu có xe thì có thể lái xe đi chơi hay chở hành lý to.

Watanabe: Đúng thật! Nếu có xe thì tiện nhỉ.

Carlos: Xe cũ thì còn có thể mua chứ không thì… Xe cũ cũng không sao chứ chị?

Watanabe: Ừ! Nếu là xe được người ta sử dụng cẩn thận thì vừa đẹp, lại vừa ít bị hỏng đấy.

Carlos: Thế ạ?

Watanabe: Anh đi đến trung tâm bán xe cũ, nếu lái thử thực tế thì chắc sẽ chọn được con xe tốt.

Carlos: Ừ nhỉ! Cám ơn chị!

# Từ vựng

| | | |
|---|---|---|
| しょうがくきん | 奨学金 | học bổng |
| タクシー | | taxi |
| スタンプ | | con dấu |
| クーポン | | vé, phiếu (mua hàng, v.v.) |
| ミス | | lỗi |
| はやねはやおき | 早寝早起き | ngủ sớm dậy sớm |
| きゅうりょう | 給料 | lương |
| じょうけん | 条件 | điều kiện |
| ぎじゅつかいはつ | 技術開発 | phát triển kỹ thuật |
| ～だい | ～代 | tiền ～ |
| 　アルバイトだい | 　アルバイト代 | tiền làm thêm |
| ゆうめいじん | 有名人 | người nổi tiếng |
| スタジアム | | sân vận động |
| ヘッドホン | | tai nghe |
| ちゅうこしゃ | 中古車 | xe cũ |
| こしょう | 故障 | hỏng hóc |
| ちゅうこしゃセンター | 中古車センター | trung tâm bán xe cũ |
| | | |
| まにあう　Ⅰ | 間に合う | kịp, kịp thời |
| あきらめる　Ⅱ | | từ bỏ, thôi |
| せんでんする　Ⅲ | 宣伝する | tuyên truyền |
| うれる　Ⅱ | 売れる | bán chạy, đắt khách, được yêu thích, nổi tiếng |
| | | |
| とる　Ⅰ | 取る | ghi (điểm) |
| ながいきする　Ⅲ | 長生きする | sống lâu |
| いかす　Ⅰ | 生かす | phát huy |
| はいる　Ⅰ | 入る | vào, lấy được |
| はれる　Ⅱ | 晴れる | nắng |
| やむ　Ⅰ | | tạnh |
| | | |
| わかい | 若い | trẻ |
| | | |
| ゆうしゅう[な] | 優秀[な] | ưu tú, giỏi, xuất sắc |
| ねっしん[な] | 熱心[な] | hăng say, hăng hái |

| —てん | —点 | — điểm |
|---|---|---|
| とちゅうで | 途中で | giữa chừng |
| じっさいに | 実際に | trên thực tế |
| ～けど、～。 | | ～ nhưng mà ～ (trợ từ dùng để đưa ra phần mào đầu phía trước, phía sau là phần chính của vấn đề) |
| ねえ | | này này (sử dụng để bắt chuyện với người có mối quan hệ thân thiết) |

| サミットバンド | | băng nhạc Summit |
|---|---|---|
| じょうけんけい | 条件形 | thể điều kiện |

# Giải thích ngữ pháp

**Thể điều kiện**

33

**1.** Thể điều kiện

Là thể biểu thị điều kiện giả định. Cách biến đổi sang thể điều kiện như sau:

V : Nhóm Ⅰ : Biến đổi âm thuộc cột "-u" thành "-e ば".

　　Nhóm Ⅱ : Biến đổi đuôi "る" của động từ nguyên thể thành "れば"

　　Nhóm Ⅲ : くる→くれば、する→すれば

い A : Biến đổi đuôi "い" thành "ければ". Tuy nhiên, "いい" thì thành "よければ".

な A : Thêm "なら" vào đằng sau.

N 　　Thêm "なら" vào đằng sau.

|  | V dic. | V (Thể điều kiện) |  |  |  | V dic. | V (Thể điều kiện) |  |
|---|---|---|---|---|---|---|---|---|
| Ⅰ | かう | かえば | う→え |  | Ⅱ | たべる | たべれば | る→ |
|  | かく | かけば | く→け |  |  | みる | みれば | れば |
|  | いそぐ | いそげば | ぐ→げ |  | Ⅲ | くる | くれば |  |
|  | はなす | はなせば | す→せ | ば |  | する | すれば |  |
|  | まつ | まてば | つ→て |  | い A | たかい | たかければ | い→ |
|  | しぬ | しねば | ぬ→ね |  |  | *いい | よければ | ければ |
|  | あそぶ | あそべば | ぶ→べ |  | な A | かんたん | かんたんなら |  |
|  | よむ | よめば | む→め |  |  | きれい | きれいなら | ＋なら |
|  | かえる | かえれば | る→れ |  | N | あめ | あめなら |  |

Thể điều kiện phủ định sẽ biến đổi "ない" của thể ない thành "なければ".

| V | : | かう | かわない | → | かわなければ |
|---|---|---|---|---|---|
| い A | : | たかい | たかくない | → | たかくなければ |
| な A | : | かんたん | かんたんじゃない | → | かんたんじゃなければ |
| N | : | あめ | あめじゃない | → | あめじゃなければ |

> 推薦状があれば、この奨学金がもらえます。
> 成績が優秀なら、この奨学金がもらえます。

*Nếu có thư tiến cử thì có thể nhận được học bổng này.*

*Nếu thành tích học tập giỏi thì có thể nhận được học bổng này.*

● S1 (thể điều kiện)、S2

Diễn tả một việc để hình thành S2 thì nhất khoát phải có điều kiện S1. Ở S2 không sử dụng được thể ý chí biểu thị ý chí của người nói hay những cách nói như "V てください" chẳng hạn hoặc thể quá khứ.

× 京都へ行けば、金閣寺へ行ってください。

× 京都へ行けば、きれいな人形を買いました。

○ 京都へ行けば、古いお寺がたくさん見られます。

*Nếu đi Kyoto sẽ xem được nhiều ngôi chùa cổ kính.*

Tuy nhiên, trường hợp S1 là những tính từ hay thể ない, thể khả năng, v.v. không biểu thị ý chí của người nói thì có thể sử dụng cách nói ý chí ở S2.

寒ければ、窓を閉めてください。

*Nếu lạnh thì hãy đóng cửa sổ lại!*

分からなければ、聞いてください。

*Nếu không hiểu thì hãy cứ hỏi!*

**2.** あしたは晴れるでしょう。　*Ngày mai trời có thể nắng.*

● S (thể thường) でしょう

1）Là cách nói thể hiện sự tiên lượng của người nói. Tính khả năng cao hơn là "かもしれません". "でしょう" được sử dụng nhiều trong dự báo thời tiết, giải thích, bình luận thời sự. (⇒ Bài 32-**2**)

2）Từ loại đứng trước "でしょう" để ở thể thường, riêng thể thường của tính từ đuôi な và danh từ được lược bỏ.

なA：今日はお祭りなので、町はとてもにぎやかでしょう。

*Hôm nay là lễ hội nên chắc phố xá sẽ nhộn nhịp.*

N　：あしたはいい天気でしょう。　*Ngày mai có lẽ thời tiết đẹp.*

① いい車が選べる**んじゃないですか**。

*Thể nào mà chẳng chọn được con xe tốt, đúng không nào?*

1) "んじゃないですか" là cách nói nêu ý kiến của người nói một cách uyển chuyển rằng "Tôi nghĩ là~, còn anh cũng nghĩ như vậy chứ?" Lên giọng ở trợ từ "か" ở cuối câu. Không mang nghĩa phủ định.

2) Từ loại đứng trước "んじゃないですか" để ở thể thường. Riêng thể thường "だ" của tính từ đuôi な và danh từ thì chuyển thành "な".

② コンサートがあるん**だけど**、一緒に行かない？

*Có dạ hội đấy, cậu có muốn đi cùng không?*

Liên từ "けど" được sử dụng như là phần mào đầu trước khi vào chủ đề chính. (⇒ Bài 29-②)

③ 行ける**かな**。　*Không biết có đi được không nhỉ...*

"かな" để ở cuối câu, biểu thị tâm trạng tự vấn chính mình. "かな" thường được dùng khi nói một mình, v.v.. Từ loại đứng trước "かな" để ở thể thường nhưng thể thường "だ" của tính từ đuôi な và danh từ được lược bỏ. "かなあ" thường bị phát âm kéo dài giọng.

④ 行こう**よ**。　*Đi thôi!*

Trợ từ cũng có chức năng nhấn mạnh lời nhờ vả, mời rủ, mệnh lệnh, v.v.. (⇒ Bài 8-①)

👥 チケット、買っ**といて**。　*Mua sẵn vé đi!*

"かっといて。" là thể rút gọn của "かっておいて（ください）. "～ておいて" sẽ thành "～といて", còn "～でおいて" sẽ thành "～どいて".

　　その書類、あしたまでに読んどいて。

　　*Từ giờ cho đến ngày mai hãy đọc trước tài liệu này đi!*

Tương tự, "～ておきます" sẽ thành "～とく", còn "～でおきます" sẽ thành "～どく".

"たら" "ば" "と"

1) "たら" và "ば" cả hai đều biểu thị điều kiện và cả hai đều được sử dụng nhiều nhưng trong những trường hợp sau đây thì dùng "たら". (⇒ Bài 21)

① Khi diễn tả dự định hay sự tuần tự và không bao gồm nghĩa giả định.

春になったら、旅行しましょう。

*Đến mùa xuân thì chúng mình cùng đi du lịch đi!*

卒業したら、国へ帰ります。

*Khi nào tốt nghiệp xong, tôi sẽ về nước.*

② Khi diễn tả khi có sự cố xảy ra thì phải làm gì.

地震が起きたら、机の下に入ってください。

*Khi động đất xảy ra, hãy chui xuống dưới gầm bàn.*

パスポートをなくしたら、大使館に連絡しなければなりません。

*Khi bị mất hộ chiếu, phải liên lạc với đại sứ quán.*

2) Mặt khác, khi thể hiện những điều kiện cần thiết để biến hy vọng thành hiện thực thì "ば" sẽ thích hợp hơn. (⇒ Bài 33-**1**)

急げば、間に合います。　*Nếu nhanh lên thì sẽ kịp.*

大きい失敗をしなければ、成功できるでしょう。

*Nếu không bị thất bại lớn thì chắc có thể thành công.*

3) "と" là cách nói thể hiện kết quả tất yếu, xảy ra không liên quan gì đến ý chí của con người. (⇒ Bài 23-**2**)

春になると、桜の花が咲きます。

*Khi mùa xuân đến, hoa anh đào nở.*

水がないと、困ります。

*Nếu không có nước thì sẽ khổ.*

Ngoài ra, cũng thường được sử dụng để hướng dẫn đường hoặc giải thích phương pháp thao tác.

この道をまっすぐ行くと、右に公園があります。

*Cứ đi thẳng con đường này sẽ thấy bên tay trái có một cái công viên.*

このボタンを押すと、お茶が出ます。

*Hễ ấn cái nút này, nước trà sẽ chảy ra.*

# Từ và thông tin văn hóa

**履歴書** Sơ yếu lý lịch

33

年 月 日 năm/tháng/ngày

| | |
|---|---|
| ふりがな：<br>氏　名 Họ và tên<br><br>アラン　マレ<br><br>19××年7月10日生 （満30歳）<br>Ngày sinh: ngày 10 tháng 7 năm 19×× (30 tuổi) | 男・女<br>Nam/nữ |
| ふりがな： すばるしにしまち<br>現住所 Địa chỉ thường trú<br>〒123-4567　すばる市西町1－1－1－205 | 電話 Điện thoại<br>(03)3292-6521 |
| ふりがな：<br>連絡先 Địa chỉ liên lạc　〒 | 電話 Điện thoại<br>メール E-mail |

| 年<br>Năm | 月<br>Tháng | 学歴・職歴（各部にまとめて書く）<br>Tóm tắt quá trình đào tạo, công tác (Viết tóm tắt theo từng phần) |
|---|---|---|
| | | 学歴 Quá trình đào tạo |
| 19×× | 9 | パリ大学経済学部国際経済学科　入学<br>Vào học Bộ môn Kinh tế Quốc tế, Khoa Kinh tế,<br>Trường Đại học Pari |
| 19×× | 6 | パリ大学経済学部国際経済学科　卒業<br>Tốt nghiệp Bộ môn Kinh tế Quốc tế, Khoa Kinh tế,<br>Trường Đại học Pari |
| | | 職歴 Quá trình công tác |
| 20×× | 4 | サミット銀行入社　現在に至る<br>Vào làm việc tại Ngân hàng Summit (cho đến nay)<br><br>　　　　　　　　　　　　　　　以上　Hết |

93

# 34 Bị thua mất rồi.

## Hội thoại

Jordan: Cháu chào bác, cháu về rồi ạ!
Iwasaki: Chào cháu, cháu đã về rồi đấy à! Mà làm sao đấy?
Jordan: Bị thua mất rồi ạ.
Iwasaki: Tiếc nhỉ! Ai thua trận cũng cay nhỉ!
Jordan: Tại cháu quên không nhìn huấn luyện viên ra hiệu…
Iwasaki: Thôi đừng thất vọng thế nữa! Lần tới cố gắng!
Jordan: Vâng, cháu cám ơn bác!

## Từ vựng

| | | |
|---|---|---|
| てんぷ | 添付 | đính kèm, kèm theo |
| パスワード | | mật khẩu, password |
| あみだな | 網棚 | kệ để hành lý |
| ポケット | | túi quần, túi áo |
| ズボン | | quần |
| こい | 恋 | tình yêu |
| あいて | 相手 | bạn, đối phương, đối tác |
| ようちえん | 幼稚園 | trường mẫu giáo |
| はつこい | 初恋 | mối tình đầu |
| ものがたり | 物語 | câu chuyện, truyện kể |
| はつこいものがたり | 初恋物語 | câu chuyện về mối tình đầu |
| コーチ | | huấn luyện viên |
| サイン | | dấu hiệu |
| | | |
| せいりする Ⅲ | 整理する | sắp xếp |
| まちがえる Ⅱ | 間違える | nhầm, nhầm lẫn |
| ねぼうする Ⅲ | 寝坊する | ngủ dậy muộn |
| フリーズする Ⅲ | | (máy vi tính) bị treo |
| しゅうりょうする Ⅲ | 終了する | kết thúc |
| まける Ⅱ | 負ける | thua (trận ＋に) |
| かつ＊ Ⅰ | 勝つ | thắng |
| やめる Ⅱ | 辞める | thôi (việc) |
| がっかりする Ⅲ | | thất vọng |
| | | |
| はずかしい | 恥ずかしい | xấu hổ |
| くやしい | 悔しい | cay cú, tức tối |
| | | |
| とくい[な] | 得意[な] | thạo, có thế mạnh |
| にがて[な] | 苦手[な] | kém, không thạo |
| | | |
| そんなに | | đến thế |
| | | |
| では | | và sau đây, tiếp theo, thế thì (cách nói lịch sự của じゃ) |

34

95

| | | |
|---|---|---|
| おさきに。 | お先に。 | Tôi xin phép (làm cái gì đó) trước. |
| ただいま。 | | Chào (bác), (cháu) về rồi ạ! (câu chào khi về đến nhà) |
| おかえりなさい。 | お帰りなさい。 | Chào (cháu), (cháu) về rồi à? (câu chào của người ở nhà đón người về đến nhà) |

---

| | | |
|---|---|---|
| はやしももこ | 林もも子 | Hayashi Momoko |

# Giải thích ngữ pháp

## Hoàn thành, danh từ hóa động từ

**1.** 本を全部読んでしまいました。　*Đã đọc hết toàn bộ cuốn sách.*

● **V てしまいます**

1）Là cách nói nhấn mạnh sự hoàn thành của hành động. Nhiều trường hợp sử dụng dạng "V てしまいました" đi kèm với các phó từ như "ぜんぶ", "もう", v.v..

2）"V てしまいたいです" diễn tả tâm trạng của người nói muốn hoàn thành hành động đó trước thời điểm đã được quyết định trong lai.

**2.** 財布をなくしてしまいました。　*Làm mất mất ví.*

● **V てしまいました**

1）Là cách nói biểu thị tâm trạng tiếc nuối hoặc hối hận của người nói rằng không thể làm lại đối với chuyện đã xong.

2）"てしまいました" trong mạch văn hoặc trong hoàn cảnh nào đó lúc thì có nghĩa **1** (hoàn thành), lúc thì có nghĩa **2** (tâm trạng tiếc nuối).

Ａ：サラダが残っていましたね。早く食べなければなりません。

*Vẫn còn xa-lát nhỉ! Phải ăn sớm mới được.*

Ｂ：大丈夫ですよ。わたしがさっき食べてしまいました。おいしかったです。

*Không sao đâu. Vừa nãy anh ăn hết rồi. Ngon lắm.*

Ａ：あれ、ここにあったラーメンは？

*Ô, thế bát mỳ Ramen ở đây đâu rồi?*

Ｂ：すみません。僕のだと思って食べてしまいました。

*Xin lỗi, anh cứ tưởng là của anh nên ăn hết rồi.*

Ａ：えっ！　*Hả!*

**3.** 眼鏡を掛けたまま寝ています。　*Tôi đeo nguyên kính đi ngủ.*

● **V1 たまま V2**

1）Diễn tả việc V2 được diễn ra trong một trạng thái không tự nhiên để phó mặc kết quả V1.

2）Chủ ngữ V1 và V2 là một.

**4.**

| | |
|---|---|
| 友達と旅行するのは楽しいです。 | Đi du lịch với bạn bè rất vui. |
| 音楽を聞く　　のが好きです。 | Tôi thích nghe nhạc. |
| 窓を閉める　　のを忘れました。 | Tôi đã quên đóng cửa sổ. |

● V dic. のは A

● V dic. のが A

● S (thể thường) のを V

1）"の" đi cùng với động từ để ở thể thường, có tác dụng danh từ hóa câu sử dụng động từ đó. Cụm từ bị danh từ hóa được sử dụng trong câu như là thành phần chủ ngữ hoặc bổ ngữ.

2）"Vdic.のは" sử dụng cùng với tính từ biểu thị sự đánh giá của người nói, chẳng hạn như: "おもしろい", "むずかしい", "たいへん", v.v..

3）"Vdic.のが" sử dụng cùng với tính từ, chẳng hạn như: "すき", "きらい", "じょうず", "へた" "はやい", "おそい", v.v..

4）"S (thể thường) のを" sử dụng cùng với động từ, chẳng hạn như: "わすれる", "しっている", "きく", "みる", v.v..

Từ loại đứng trước "のを" để ở thể thường. Riêng thể thường "だ" của tính từ đuôi な và danh từ biến thành "な".

山田さんの奥さんが病気なのを知っていますか。

*Chị có biết vợ anh Yamada bị ốm không?*

5）"こと" cũng có tác dụng danh từ hóa động từ. (⇒ Bài 14).

"の" và "こと" có thể thay thế cho nhau nhưng trong các dạng câu sau "こと" không thể thay thế được cho "の".

わたしの趣味は本を読むことです。⇒ Bài 14-**2**

*Sở thích của tôi là đọc sách.*

アランさんはギターを弾くことができます。⇒ Bài 14-**3**

*Alain có thể chơi được đàn ghi-ta.*

わたしは北海道へ行ったことがあります。⇒ Bài 18-**2**

*Tôi đã từng đi Hokkaido.*

. . . . . . . . . . . . . . . . . . . . . . . . . . . . . . . . . . . . . . . . . . . . . . . . . . . . . . . . . . . . .

① 1時間で読んでしまいました。　*Tôi đọc trong vòng một tiếng.*

Trợ từ "で" được dùng cùng với từ chỉ số lượng, biểu thị thời gian, số tiền, số người, v.v. cần thiết để thực hiện hành động.

3か月で日本語が話せるようになりました。

*Trong vòng 3 tháng tôi đã bắt đầu nói được tiếng Nhật.*

古いテレビなら、5,000円で買えます。

*Nếu là ti vi cũ thì có thể mua được với giá 5000 yên.*

5人で新しい会社を作りました。

*Với 5 người, chúng tôi đã thành lập công ty mới.*

② だれでも試合に負けるのは悔しいです よね。　*Ai thua trận cũng cay nhỉ!*

"よね" là hình thức ghép hai trợ từ cuối "よ" và "ね", sử dụng khi tìm kiếm sự đồng ý hoặc sự xác nhận của đối phương về suy nghĩ của mình.

試合に負け ちゃった。　*Bị thua mất rồi ạ.*

"まけちゃった" là dạng rút gọn của "まけてしまった".

"〜てしまった" chuyển thành "〜ちゃった"、"〜でしまった" chuyển thành "〜じゃった".

ビール、全部飲んじゃった。　*Uống hết sạch bia.*

# Từ và thông tin văn hóa

**擬態語** Từ tượng hình

### 1. 表情や感情を表す表現
### Diễn tả nét mặt và cảm xúc

にこにこ
mỉm cười

わくわく
hồi hộp

そわそわ
bồn chồn, đứng ngồi không yên

いらいら
sốt ruột

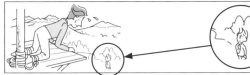
どきどき
căng thẳng hồi hộp

はらはら
hồi hộp lo lắng

がっかり
hụt hẫng, thất vọng

ぼんやり
lơ đễnh

むかむか
nôn nao khó chịu

### 2. もののようすを表す表現 Diễn tả trạng thái của vật

ぎざぎざ
lởm chởm răng cưa

でこぼこ
gồ ghề, nhấp nhô

ぼろぼろ
tã, tả tơi

ぴかぴか
sáng bóng, sáng lóe

つるつる
trơn trượt

ごちゃごちゃ
lộn xộn

# 35 Tôi đều cố gắng mang ô đi theo.

## Hội thoại

Chatchai: Cô Kimura ơi, đấy là cái gì ạ?
Kimura: Cái ô.
Chatchai: Ơ, nó nhỏ thế bác nhỉ!
Kimura: Ừ, đi đâu mang theo tốt lắm đấy.
Chatchai: Thế ạ! Cô lúc nào cũng mang ô theo à?
Kimura: Ừ, mùa này hay mưa nên cô đều cố gắng mang ô theo. Kể ra nó cũng quá nhỏ nên dùng hơi khó một chút nhưng cũng được.
Chatchai: Cô cho cháu xem một chút ạ! Nhẹ thích cô nhỉ! Cô mua ở đâu đấy ạ?
Kimura: Có bán ở siêu thị trước ga đấy. Ngày mai cô đi đến đó, hay tiện thể cô mua luôn cho?
Chatchai: Ô, thế có được không bác? Vậy cháu phiền bác nhé!

# Từ vựng

| | | |
|---|---|---|
| ヘルメット | | mũ bảo hiểm |
| すいぞくかん | 水族館 | thủy cung |
| くふう | 工夫 | (sự) tìm cách, (sự) nghĩ ra nhiều cách, sự tìm tòi sáng tạo, kế sách |
| トンネル | | đường hầm |
| ショー | | tiết mục biểu diễn, Show diễn, buổi trình diễn |
| レインコート | | áo mưa |
| くるまいす | 車いす | xe đẩy |
| スロープ | | dốc, đường dốc |
| よしゅう | 予習 | học trước |
| ふくしゅう＊ | 復習 | ôn tập |
| つめきり | つめ切り | cái bấm móng tay |
| つめ | | móng |
| はブラシ | 歯ブラシ | bàn chải đánh răng |
| すいはんき | 炊飯器 | nồi cơm điện |
| たいおんけい | 体温計 | cặp nhiệt độ |
| ろうか | 廊下 | hành lang |
| じんじゃ | 神社 | đền |
| いた | 板 | tấm ván |
| うら | 裏 | mặt trái |
| ねがいごと | 願い事 | điều nguyện ước |
| にゅうがく | 入学 | vào trường |
| にゅうがくしけん | 入学試験 | thi vào trường |
| おねがい | お願い | cầu nguyện, cầu khấn |
| たなばた | 七夕 | Lễ hội Ngưu Lang Chức Nữ Tanabata (một ngày lễ của Nhật Bản tổ chức vào ngày mùng 7 tháng 7) |
| えきまえ | 駅前 | khu vực trước nhà ga |
| たく　I | 炊く | nấu |

| はかる　　Ⅰ | 測る | đo |
|---|---|---|
| すべる　　Ⅰ | 滑る | trượt |
| あげる　　Ⅱ | 挙げる | giơ (tay) |
| まねく　　Ⅰ | 招く | mời |
| もちあるく　Ⅰ | 持ち歩く | cầm đi, mang đi |
| うる　　Ⅰ | 売る | bán |

| ―トン（t） | | ― tấn |
|---|---|---|

| おおぜい | 大勢 | nhiều |
|---|---|---|
| ついでに | | tiện thể |

| いいんですか。 | | Có thật là được không ạ? (dùng để xác nhận lại đề nghị thiện ý của đối phương với thái độ e dè) |
|---|---|---|

....................................................................................................................

| しらゆきひめ | 白雪姫 | nàng Bạch Tuyết |
|---|---|---|

# Giải thích ngữ pháp

## Mục đích 2

**1.**

> 約束の時間に間に合うように、急いで行きます。
> 会議に遅れない　　　ように、急いで行きます。

*Tôi vội vàng đi để kịp giờ hẹn.*

*Tôi vội vàng đi để không bị muộn họp.*

● [ V dic. ] ように、S
　[ V ない ]

1）Diễn tả việc thực hiện hành động S để nhắm đến tình trạng được nêu ra trong V.

2）V sử dụng thể khả năng hoặc động từ mang nghĩa khả năng như "わかる", "みえる" hoặc cách nói vô ý chí như thể ない. "ために" cũng thể hiện mục đích nhưng ở vế "ために" sử dụng động từ V ý chí (⇒ Bài 24) (P.30)

10時の電車に乗れるように、急ぎます。

*Tôi vội để có thể lên được chuyến tàu điện lúc 10 giờ.*

10時の電車に乗るために、急ぎます。

*Tôi vội để lên chuyến tàu lúc điện 10 giờ.*

**2.**

> 毎日野菜を食べるようにしています。　　*Tôi cố gắng hàng ngày ăn rau.*
> 無理をしない　　　ようにしています。　　*Tôi cố không để gắng sức.*

● [ V dic. ] ようにしています
　[ V ない ]

Cách nói này diễn tả việc nỗ lực thực hiện hoặc không hành động theo thói quen.

**3.**

> このかばんは重い荷物を運ぶのにいいです。
> このかばんは旅行　　　　　にいいです。

*Cái túi này dùng để mang đồ nặng thì tốt.*

*Cái túi này dùng để đi du lịch thì tốt.*

● [ V dic. の ] に S
　[ N ]

1）Với cấu trúc "N＋に S", diễn tả mục đích sử dụng hoặc mục đích.. S sử dụng cùng với các từ như: "いい", "つかう", "やくにたつ", "べんり", "ひ

104

つよう", "(おかね／じかんが) かかる", v.v.. Động từ sẽ biến đổi về dạng danh từ (V dic. の) để sử dụng.

**4.** このカメラは使いにくいです。　*Cái máy ảnh này khó sử dụng.*
このじ辞書は使いやすいです。　*Cuốn từ điển này dễ sử dụng.*

● **V にくいです**

● **V やすいです**

1) "V にくいです" có ý nghĩa rằng "việc thực hiện hành động nêu ra ở V không đơn giản hoặc còn lâu mới thực hiện được".
くるまの窓ガラスは割れにくいです。

*Kính cửa sổ xe máy khó vỡ.*

2) "V やすいです" diễn tả rằng "việc thực hiện hành động nêu ra ở V là đơn giản hoặc dễ dàng thực hiện.".
ガラスのコップは割れやすいです。　*Cốc thủy tinh dễ bị vỡ.*

3) Thay đuôi "ます" của động từ ở thể ます thành "にくいです", "やすいです".
つかい**ます** → つかい**にくいです**／つかい**やすいです**
われ**ます** → われ**にくいです**／われ**やすいです**
あるき**ます** → あるき**にくいです**／あるき**やすいです**

4) "にくいです", "やすいです" biến đổi giống như tính từ đuôi い.
このカメラは使いやすくて便利です。

*Chiếc máy ảnh này dễ sử dụng và tiện.*

- - - - - - - - - - - - - - - - - - - - - - - - - - - - - - - - - - - - - -

① 大学に合格し**ますように**。　*Cầu cho thi đỗ đại học!*

Là cách nói sử dụng khi cầu khẩn thần phật hay cầu nguyện cho một việc gì đó thành hiện thực trong tương lai.

Đứng trước "ように" sử dụng động từ thể ます.

105

# Từ và thông tin văn hóa

## 縁起物 Tín vật cầu may

**1.** 幸せを呼ぶもの Những vật mang lại may mắn

招き猫
Mèo Manekineko
(mèo thần tài)

破魔矢
Mũi tên Hamaya
(mũi tên trừ tà)

くまで
Kumade (bồ cào gọi tài phúc)

だるま
Búp bê Daruma
(búp bê khai vận)

絵馬
Thẻ ngựa gỗ Ema

七福神
Bảy vị thần may mắn

千羽づる
Chuỗi vòng 1000 hạc giấy

**2.** おみくじ Quẻ

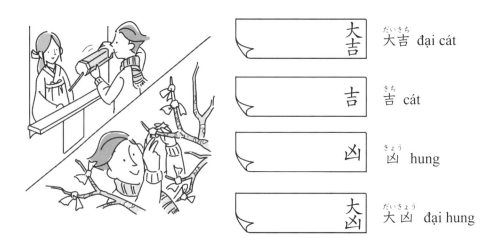

大吉 đại cát

吉 cát

凶 hung

大凶 đại hung

# 36  Được dịch ra nhiều thứ tiếng.

## Hội thoại

Lin: Chị Watanabe ơi, chị đã từng đọc tiểu thuyết này bao giờ chưa?

Watanabe: Ừ, đọc rồi đấy. Nó được nhiều bạn trẻ ưa thích và được dịch ra nhiều thứ tiếng rồi nhỉ.

Lin: Vừa rồi em được thày giáo khuyên đọc nên đến đây để mượn thư viện. Cuốn này chị đọc thấy thế nào ạ? Có hay không hả chị?

Watanabe: Có! Đặc biệt, cách sống của người đàn ông bị nghi là tội phạm rất thú vị.

Lin: Thế ạ!

Watanabe: Thế nhưng, cuối cùng người đàn ông ấy bị người yêu giết chết.

Lin: Chị Watanabe, chị đừng nói nữa! Để em còn đọc chứ!

# Từ vựng

| | | |
|---|---|---|
| かちょう | 課長 | trưởng nhóm |
| ちこく | 遅刻 | đến muộn |
| けっせき | 欠席 | vắng mặt |
| どろぼう | | kẻ trộm |
| よっぱらい | 酔っ払い | say rượu, kẻ say rượu |
| か | 蚊 | muỗi |
| しょうきょうと | 小京都 | Tiểu Kyoto |
| オリンピック | | Olimpic |
| へいあんじだい | 平安時代 | thời đại Heian |
| ダイナマイト | | Đi-na-mít |
| ラジウム | | Radi |
| こうぎょう | 工業 | công nghiệp |
| のうぎょう | 農業 | nông nghiệp |
| ぎょぎょう | 漁業 | ngư nghiệp |
| さんぎょう＊ | 産業 | ngành, ngành nghề sản xuất |
| じどうしゃ | 自動車 | ô tô |
| せきゆ | 石油 | dầu mỏ |
| さむらい | 侍 | võ sỹ Samurai |
| ぎょうれつ | 行列 | hàng (người, v.v.) nối đuôi nhau, đoàn người diễu hành |
| こうげいひん | 工芸品 | hàng thủ công mỹ nghệ |
| かてい | 家庭 | gia đình |
| しょうせつ | 小説 | tiểu thuyết |
| さいご | 最後 | cuối cùng |
| さいしょ＊ | 最初 | đầu tiên |
| さわぐ　Ⅰ | 騒ぐ | gây ồn ào, nô đùa |
| よぶ　Ⅰ | 呼ぶ | gọi |
| ふる　Ⅰ | 振る | đá, bỏ |
| しかる　Ⅰ | | mắng |
| ほめる　Ⅱ | 褒める | khen |
| はつめいする　Ⅲ | 発明する | phát minh |

| | | | |
|---|---|---|---|
| おこす | I | 起こす | đánh thức |
| プロポーズする | III | | cầu hôn |
| こぼす | I | | đánh đổ, làm rơi vãi, làm rớt |
| とる | I | 取る | lấy trộm |
| さす | I | 刺す | châm, đốt |
| ひらく | I | 開く | mở |
| はっけんする | III | 発見する | phát hiện |
| ゆしゅつする | III | 輸出する | xuất khẩu |
| ゆにゅうする | III | 輸入する | nhập khẩu |
| おこなう | I | 行う | tổ chức, tiến hành |
| したしむ | I | 親しむ | có cảm giác thân thuộc, thân thương |
| すすめる | II | 勧める | khuyên |
| うたがう | I | 疑う | nghi ngờ, hoài nghi |
| いきる | II | 生きる | sống |
| ころす | I | 殺す | giết |
| うつくしい | | 美しい | xinh, xinh đẹp |
| きょうみぶかい | | 興味深い | rất thú vị, rất quan tâm hứng thú |
| いや[な] | | 嫌[な] | ghét, khó chịu |
| さかん[な] | | 盛ん[な] | thịnh vượng, phát đạt, phồn thịnh |
| でんとうてき[な] | | 伝統的[な] | truyền thống |
| —せいき | | —世紀 | thế kỷ — |
| たいへん | | 大変 | rất, vô cùng |
| とくに | | 特に | đặc biệt |
| ～によって | | | bởi ～ |

36

| | | |
|---|---|---|
| かなざわ | 金沢 | Kanazawa |
| ひめじじょう | 姫路城 | thành Himeji |
| タージマハル | | Taj Mahal |
| けんろくえん | 兼六園 | Khu vườn Kenrokuen |

109

| ノーベル | | Nô-ben |
| シェークスピア | | Sếch-xpia |
| マリー・キュリー | | Marie Curie |
| シャー・ジャハーン | | Shah Jahan |
| ながのオリンピック | 長野オリンピック | Olimpic Nagano |
| げんじものがたり | 源氏物語 | Truyện kể Genji |
| ハムレット | | Hăm-lét |
| うけみけい | 受身形 | thể bị động |

# Giải thích ngữ pháp

## Thể bị động

**1.** | Thể bị động |

　1）Câu bị động là cách nói sử dụng khi truyền đạt một hành động nào đó không phải là từ chủ thể gây ra hành động mà là từ bên tiếp nhận hành động. Động từ được biến đổi về dạng bị động để sử dụng.

　　Trong tiếng Nhật, tha động từ (Vt) được sử dụng để tạo thành câu bị động nhưng **3** trường hợp sau cũng có thể sử dụng tự động từ (Vi).

　2）Cách chia thể động từ như sau:

　　Nhóm Ⅰ：Biến đổi cột "-u" ở đuôi động từ nguyên thể thành "-a れる".
　　Nhóm Ⅱ：Biến đổi "る" của động từ nguyên thể thành "られる".
　　Nhóm Ⅲ："くる→こられる", "する→される"

| | V dic. | V (bị động) | | | | V dic. | V (bị động) | |
|---|---|---|---|---|---|---|---|---|
| Ⅰ | いう | いわれる | う→わ | | Ⅱ | たべる | たべられる | |
| | きく | きかれる | く→か | | | おしえる | おしえられる | る→られる |
| | さわぐ | さわがれる | ぐ→が | | | みる | みられる | |
| | はなす | はなされる | す→さ | れる | | いる | いられる | |
| | まつ | またれる | つ→た | | Ⅲ | くる | こられる | |
| | しぬ | しなれる | ぬ→な | | | する | される | |
| | よぶ | よばれる | ぶ→ば | | | | | |
| | よむ | よまれる | む→ま | | | | | |
| | つくる | つくられる | る→ら | | | | | |

　3）Động từ thể bị động biến đổi như là động từ thuộc Nhóm Ⅱ.

**2.** | わたしは先生に呼ばれました。 |　*Tôi bị thày giáo gọi.*

　● N1 (người) は N2 に V (bị động)

Là cách nói đứng trên lập trường của người tiếp nhận hành động (N1) về hành động được tiếp nhận trực tiếp. Động từ được sử dụng ở đây là tha động từ. Thể hiện chủ thể gây ra hành động (N2) bằng trợ từ "に".

　　先生はわたしを褒めました。　*Thày giáo đã khen ngợi tôi.*
　　わたしは先生に褒められました。　*Tôi được thày giáo khen ngợi.*

111

**3.** | わたしは子供にカメラを壊されました。
わたしは雨に 降られました。

*Tôi bị trẻ con làm hỏng máy ảnh.*

*Tôi bị ướt mưa.*

● **N1 (người) は N2 に N3 (vật) を Vt (bị động)**

● **N1 (người) は N2 に Vi (bị động)**

1）Là cách nói sử dụng khi xảy ra một việc gì đó, cảm thấy bị phiền phức, bị thiệt hại vì điều đó. Người bị phiền phức, bị thiệt hại làm chủ ngữ.
○わたしは子供にカメラを壊されました。

*Tôi bị trẻ con làm hỏng máy ảnh.*
×わたしのカメラは子供に壊されました。

2）Tha động từ và tự động từ được sử dụng trong cách nói bị phiền phức hay bị thiệt hại này.
昨日の晩、子供に泣かれて、寝られませんでした。

*Tối qua bị con quấy khóc, không thể ngủ được.*

Chủ thể gây ra hành động (N2) được thể hiện bằng trợ từ "に".

3）Sự thụ động theo nghĩa của mẫu ngữ pháp **2** hay là mẫu ngữ pháp **3** (phiền phức, bị thiệt hại) là tùy thuộc vào mạch văn.
先生によく勉強していると言われました。

*Tôi được thầy giáo nói là học tốt.*
まじめに仕事したのに、仕事をサボったと言われたんです。

*Tôi chăm chỉ làm việc vậy mà bị nói là trốn việc.*

4）Trường hợp nếu phía tiếp nhận hành động không cảm thấy hành động đó là phiền phức mà là biết ơn thì không dùng thể thụ động mà là "V て も ら い ました". (⇒ Bài 22-**3**)
隣の人にピアノを弾かれました。（うるさかったです。）

*Tôi bị người hàng xóm chơi đàn vi-ô-lông. (Ồn.)*
マリーさんにピアノを弾いてもらいました。（とてもよかったです。）

*Tôi được chị Marie chơi đàn cho nghe. (Rất hay.)*

**4.** | 大阪で会議が開かれます。 *Hội nghị được tổ chức ở Osaka.*

● **N (vật/sự việc) が V (thể bị động)**

Trường hợp không đặc định người thực hiện hành động, thể bị động được sử dụng với chủ ngữ là "vật" hoặc "sự việc".

1998年に長野オリンピックが開かれました。

*Olimpic Nagano được tổ chức vào năm 1998.*

金沢で作られた工芸品は日本の家庭でよく使われています。

*Các sản phẩm thủ công mỹ nghệ sản xuất tại Kanazawa thường hay được sử dụng trong các gia đình Nhật Bản.*

**36**

① 源氏物語は 紫 式部によって書かれました。

*Truyện kể Genji được Murasaki Shikibu viết.*

"によって" biểu thị chủ thể gây ra hành động trong câu bị động trong trường hợp nói về hành động đó một cách khách quan không bị tình cảm lẫn lộn xen vào. Trong các động từ biểu thị một cái gì đó được sinh ra, chẳng hạn như "かく", "はつめいする", "つくる", "はっけんする", v.v., thì chủ thể gây ra hành động không phải là "に" mà sử dụng "によって".

② 兼六園という公園　*Công viên có tên là Kenrokuen*

Cấu trúc "N1 という N2" được sử dụng, trong đó N1 là danh từ riêng, N2 là danh từ chung. Cách nói này dùng khi nói về người hay vật, địa điểm mà người nói hay người nghe hoặc cả hai đều không biết rõ về N1. Trường hợp cả người nói lẫn người nghe đều biết thì sẽ không sử dụng.

川田さんは東京に住んでいます。　*Anh Kawada đang sống ở Tokyo.*

山田さんは金沢という町に住んでいます。

*Anh Yamada đang sống ở thành phố có tên là Kanazawa.*

歌舞伎を見に行こうって言われた。　*Tôi được bảo đi xem kịch Kabuki.*

"っていわれた" là dạng rút gọn của "といわれた".

# Từ và thông tin văn hóa

### 産業　Các ngành kinh tế

**1.** 第1次産業　Khu vực một của nền kinh tế

農業
nông nghiệp

林業
lâm nghiệp

水産業
thủy sản

**2.** 第2次産業　Khu vực hai của nền kinh tế

製造業
ngành chế tạo

建設業
ngành xây dựng

**3.** 第3次産業　Khu vực ba của nền kinh tế

情報通信業
ngành công nghệ
thông tin và viễn thông

運輸業
ngành vận tải

小売業
ngành bán lẻ

不動産業　ngành bất động sản　　金融業　ngành dịch vụ tài chính

教育　giáo dục　　医療　y tế

# 37 Có vẻ thú vị nhỉ!

## Hội thoại

Kimura:    Xin lỗi cháu nhé! Cô đến muộn.
Chatchai:  Cháu cũng vừa đến bây giờ xong, cô ạ.
Kimura:    Hôm nay cám ơn cháu đã mời cô. Đây là cà ri Thái à?
Chatchai:  Vâng, tất cả bọn cháu cùng làm đấy ạ. Cô ăn thử đi ạ!
Kimura:    Ngon quá nhỉ!
Chatchai:  Cám ơn cô ạ. A, bây giờ ở phòng học 101 mọi người đang nhảy điệu nhảy Indonesia đấy cô ạ.
Kimura:    Có vẻ thú vị nhỉ! Cô cháu mình đi xem đi!
Chatchai:  Vâng.

# Từ vựng

| | | |
|---|---|---|
| やね | 屋根 | mái nhà |
| わに | | cá sấu |
| こうりゅう | 交流 | giao lưu |
| こうりゅうパーティー | 交流パーティー | tiệc giao lưu |
| しょっけん | 食券 | vé ăn |
| ざいりょうひ | 材料費 | tiền nguyên liệu |
| あとかたづけ | 後片付け | dọn dẹp khi kết thúc |
| ぶちょう | 部長 | trưởng phòng |
| ドレス | | váy dài |
| でんしじしょ | 電子辞書 | từ điển điện tử |
| クッション | | gối tựa, gối ôm |
| わりあい | 割合 | tỉ lệ |
| だんせい | 男性 | đàn ông |
| じょせい | 女性 | đàn bà |
| グラフ | | đồ thị, biểu đồ |
| ～しゃ | ～者 | người, nhà, v.v. ～ (tiếp vĩ từ chỉ người làm một cái gì đó/có thuộc tính đó) |
| どくしんしゃ | 独身者 | người độc thân |
| ～よう | ～用 | dùng cho ～, dành cho ～ (tiếp vĩ từ chỉ đối tượng sử dụng) |
| どくしんしゃよう | 独身者用 | dành cho người độc thân |
| しょうひん | 商品 | sản phẩm, hàng |
| かず | 数 | số lượng |
| あかちゃん | 赤ちゃん | em bé |
| （ご）しょうたい | （ご）招待 | (sự) mời |
| とうじつ | 当日 | ngày hôm đó |
| よういする　Ⅲ | 用意する | sẵn sàng |
| けしょうする　Ⅲ | 化粧する | trang điểm |
| やける　Ⅱ | 焼ける | nướng |
| にあう　Ⅰ | 似合う | hợp |

116

| あらわす　Ⅰ | 表す | biểu thị, thể hiện |
|---|---|---|
| くらい | 暗い | u buồn, sầu muộn |
| つめたい | 冷たい | lạnh lùng |
| きがよわい | 気が弱い | yếu đuối |
| きがつよい＊ | 気が強い | mạnh mẽ, đanh đá |
| きがみじかい | 気が短い | nóng tính |
| おそい | 遅い | muộn |
| いじわる[な] | 意地悪[な] | ác ý |
| がんこ[な] | 頑固[な] | cứng đầu, bảo thủ, ngoan cố |
| わがまま[な] | | chỉ biết đến mình, bướng bỉnh |
| ちょうど | | vừa đúng, vừa |
| あとで | | để sau |
| きっと | | chắc chắn |
| そんなことない。 | | Làm gì có chuyện ấy! (cách nói phủ định nội dung câu nói của đối phương) |
| こんにちは。 | | Xin chào! |
| いらっしゃい。 | | Xin kính chào quý khách! |

---

| いってまいります。 | 行ってまいります。 | (Con) đi đây! (câu chào khi ra khỏi nhà) |
|---|---|---|

37

117

# Giải thích ngữ pháp

**Trạng thái, dự đoán**

**1.**

| リンさんは楽(たの)しそうです。 | Trông Lin có vẻ vui. |
|---|---|
| リンさんは暇(ひま)そうです。 | Lin có vẻ đang rảnh. |
| 雨(あめ)が降(ふ)りそうです。 | Trời có vẻ sắp mưa. |

● 〔 いA ~~い~~ 〕
　 なA 　　 そうです
　 V

1 ) Trong trường hợp "そうです" đi ghép với tính từ thì nó trở thành cách nói mà người nói nói về vẻ bề ngoài hay ấn tượng của đối tượng nào đó. Có nghĩa là "có vẻ/trông có vẻ".

(Trước khi ăn)　そのケーキ、おいしそうですね。

　　　　　　　*Bánh ga-tô đấy trông ngon nhỉ!*

(Vừa ăn vừa nói) このケーキ、おいしいですね。

　　　　　　　*Bánh ga-tô này ngon nhỉ.*

Trường hợp người nói thể hiện tình cảm, cảm giác của người khác không phải là mình thì cũng có thể dùng "そうです" để diễn đạt.

○わたしは楽(たの)しいです。　*Tôi vui.*

×わたしは楽(たの)しそうです。

×リンさんは楽(たの)しいです。

○リンさんは楽(たの)しそうです。　*Lin có vẻ vui.*

Trường hợp là màu sắc hay vẻ bề ngoài mà mắt nhìn có thể nhận biết được thì không dùng "そうです".

×きれいそうです。→ きれいです。

×赤(あか)そうです。　　→ 赤(あか)いです。

2 ) Trường hợp "そうです" đi ghép với động từ thì có nghĩa là từ tình hình thấy được trước mắt dự đoán về khả năng xảy ra hành động đó hay sự kiện đó. Ngoài ra, ngay cả những việc hiện thời chưa nhìn thấy cũng sử dụng cách nói dự đoán tương lai.

留学生(りゅうがくせい)が増(ふ)えそうです。

*Lưu học sinh có vẻ sẽ tăng lên.*

3 ) Tính từ đuôi い sẽ biến đuôi "い" thành "そうです". Tính từ đuôi な thì sẽ thêm "そうです" vào cuối.

い A :　たのしい　→　たのしそうです
　　　　　　むずかしい　→　むずかしそうです
　　　　　　*いい　→　よさそうです

な A :　　　ひま　→　ひまそうです
　　　　　　べんり　→　べんりそうです

Động từ thể ます sẽ thay "ます" bằng "そうです".

V :　　ふります　→　ふりそうです
　　　　　へります　→　へりそうです

"そうです" không ghép được với danh từ.

> "そうです" cũng có nghĩa là truyền đạt lại cho đối phương thông tin mà mình
> nhìn thấy được hoặc nghe thấy được. Trong trường hợp này ghép nối với thể
> thường. (⇒ Bài 28)

**2.**

| コンサートが始まる　　ところです。 | Buổi hòa nhạc sắp sửa bắt đầu. |
|---|---|
| コンサートをやっているところです。 | Buổi hòa nhạc đang diễn ra. |
| コンサートが終わった　ところです。 | Buổi hòa nhạc vừa kết thúc. |

● $\begin{bmatrix} \text{V dic.} \\ \text{V ている} \\ \text{V た} \end{bmatrix}$ ところです

1）Là cách nói biểu thị hành động đang ở giai đoạn nào. "ところ" không
　　mang nghĩa nơi chốn hay địa điểm. "ところです" được sử dụng như là một
　　câu có danh từ làm vị ngữ.

2）Hay được sử dụng khi giải thích bối cảnh có trong phim, ảnh.

3）Sử dụng cả khi giải thích tình hình của mình và rủ rê mời mọc hay từ chối.

　　A : こんにちは。　　*Cháu chào bác ạ!*
　　B : いらっしゃい。ちょうど今ケーキが焼けたところ。一緒に食べない？
　　　　*Ô, mời cậu vào nhà! Đúng lúc bánh ga tô vừa nướng xong. Cậu cùng*
　　　　*ăn với tôi nhé!*

　　A : ちょっと手伝ってくれませんか。　*Anh giúp tôi một chút có được không?*
　　B : すみません。今書類をコピーしているところなんです。あとでいい
　　　　ですか。　　*Xin lỗi chị! Tôi lại đang photo dở giấy tờ. Để sau có được*
　　　　*không?*

119

**3.** ちょっと食べてみます。　　*Tôi thử ăn một chút.*

● V てみます

Diễn tả việc thử một hành động để xem kết quả của nó.

- - - - - - - - - - - - - - - - - - - - - - - - - - - - - - - - - - - - - - - - - -

① ちょっと手伝って てくれませんか。　　*Anh/chị giúp tôi một chút có được không?*

"V て くれませんか" dùng để nhờ vả người nghe làm một hành động nào đó cho người nói hoặc cho người của phía người nói. Cách nói này không sử dụng để nói với người trên.

Mức độ lịch sự được thể hiện như sau:

Mức độ lịch sự　Cao　ちょっと手伝っていただけませんか。

　　　　　*Xin làm ơn giúp đỡ tôi một chút có được không?*
　　　　　ちょっと手伝ってくださいませんか。

　　　　　*Làm ơn giúp đỡ tôi một chút có được không?*
　　　　　ちょっと手伝ってくれませんか。

　　　　　*Giúp đỡ tôi một chút có được không?*
　　　　　ちょっと手伝ってください。

　　　　　*Hãy giúp tôi một chút!*
　　Thấp　ちょっと手伝って。

　　　　　*Giúp một cái nào!*

# Từ và thông tin văn hóa

## グラフと計算 Biểu đồ và tính toán

### 1. グラフの種類 Các dạng biểu đồ

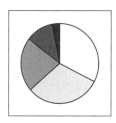

円グラフ
biểu đồ hình tròn

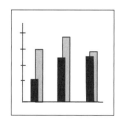

棒グラフ
biểu đồ hình cột

帯グラフ
biểu đồ thanh ngang

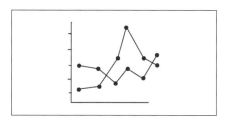

折れ線グラフ
biểu đồ đường gấp khúc

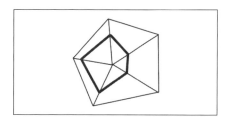

レーダーグラフ／レーダーチャート
biểu đồ mạng nhện/biểu đồ Rada

### 2. グラフ用語 Từ chuyên về đồ thị

縦軸 trục tung　　横軸 trục hoành　　割合 tỉ lệ　　数 số

量 số lượng

### 3. 線の種類 Các dạng đường thẳng

実線
đường kẻ nét liền

破線
đường kẻ nét đứt

点線
đường kẻ nét chấm

### 4. 四則計算 Phép tính cộng trừ nhân chia

1 + 5 = 6 （1足す5は6）　　10 − 3 = 7 （10引く3は7）

2 × 6 = 12 （2掛ける6は12）　　12 ÷ 4 = 3 （12割る4は3）

# まとめ7

## Từ vựng

| | | |
|---|---|---|
| ゲームき | ゲーム機 | máy chơi game |
| せかい | 世界 | thế giới |
| 〜じゅう | 〜中 | khắp 〜, suốt cả 〜 |
| せかいじゅう | 世界中 | khắp thế giới |
| りゃく | 略 | lược bỏ |
| おとしより | お年寄り | người già, người có tuổi |
| とくちょう | 特徴 | đặc điểm |
| わかもの | 若者 | thanh niên |
| きそ | 基礎 | nền móng, cơ sở |
| とうじ | 当時 | đương thời, lúc đó |
| よごす Ⅰ | 汚す | làm bẩn |
| はつばいする Ⅲ | 発売する | bắt đầu bán ra |
| つける[なまえを〜] Ⅱ | つける[名前を〜] | đặt (tên) |
| らんぼう[な] | 乱暴[な] | thô bạo, hung tợn, lỗ mãng |
| いまでは | 今では | ngày nay |

---

| | |
|---|---|
| ファミコン | (cách nói tắt của ファミリーコンピューター) |
| ファミリーコンピューター | Family Computer (máy tính gia đình) |

# 38 Có nghĩa là hãy chú ý lũ khỉ.

**Hội thoại**

Jordan:     Cái biển báo kia là gì đấy?
Watanabe:   Có nghĩa là hãy chú ý lũ khỉ.
Jordan:     Hả? Có khỉ á?
Watanabe:   Có! Bác Kimura cũng bảo là ở khu này có nhiều khỉ, vì thế nên cẩn thận thì hơn.
Jordan:     Có vấn đề gì hả chị?
Watanabe:   Bác ấy nói là bác ấy đã bị chúng lấy mất đồ ăn đấy!
Jordan:     Không biết có phải là do xã hội phát triển, nguồn thức ăn bị mất đi nên chúng lấy đồ ăn của con người hay không. Lũ khỉ cũng vất nhỉ!

# Từ vựng

**38**

| | | |
|---|---|---|
| へい | 塀 | tường rào, hàng rào |
| はたけ | 畑 | đồng, ruộng, vườn |
| いみ | 意味 | ý nghĩa |
| OK | | OK |
| くま | | gấu |
| ドライクリーニング | | giặt khô |
| アイロン | | là |
| ボディーランゲージ | | ngôn ngữ cơ thể |
| かんばん | 看板 | bảng |
| かのうせい | 可能性 | khả năng |
| ゆれ | 揺れ | sự rung lắc, độ rung lắc |
| ひょうしき | 標識 | biển báo |
| ～へん | ～辺 | khu vực ～ |
| | | |
| ～ちゅう | ～中 | đang ～, đang trong ～ |
| 　じゅぎょうちゅう | 　授業中 | đang trong giờ học |
| | | |
| らくがきする　Ⅲ | 落書きする | vẽ bậy, viết bậy |
| いじめる　Ⅱ | | bắt nạt |
| いく　Ⅰ | 行く | tấn công, tiến lên (ý nâng cao khí thế tấn công trong trận thi đấu) |
| | | |
| シュートする　Ⅲ | | sút |
| かける[アイロンを～]　Ⅱ | | là |
| まちがう　Ⅰ | 間違う | sai, nhầm |
| できる　Ⅱ | | giỏi, làm tốt |
| おちてくる　Ⅲ | 落ちて来る | rơi vào |
| たつ　Ⅰ | | trôi đi, đi đầu |
| すすむ　Ⅰ | 進む | tiến triển, tiến |
| | | |
| ただしい | 正しい | đúng |
| | | |
| だめ[な] | | không được |
| | | |
| どういう | | là thế nào |

| たいてい | | đại để là |
|---|---|---|
| まず | | trước tiên |
| はあい | | vâng, dạ (cách nói của con trẻ) |
| 〜のつぎに | 〜の次に | tiếp theo 〜 |
| なにやってるの。 | 何やってるの。 | Làm cái trò gì đấy? (cách nói khi phê phán hành động của đối phương) |

| めいれいけい | 命令形 | thể mệnh lệnh |
|---|---|---|
| きんしけい | 禁止形 | thể cấm đoán |

# Giải thích ngữ pháp

## 38  Thể mệnh lệnh, thể cấm đoán

**1.** | Thể mệnh lệnh và thể cấm đoán |

1 ) Thể mệnh lệnh là hình thức nói ra lệnh cho người nghe làm một việc gì đó, còn thể cấm đoán là hình thức nói ra lệnh cho người nghe không làm một việc gì đó.

2 ) Cách cấu tạo thể mệnh lệnh như sau:

Nhóm Ⅰ : Biến đổi âm thuộc cột "-u" ở đuôi động từ nguyên thể thành "-e".

Nhóm Ⅱ : Biến đổi đuôi "る" của động từ nguyên thể thành "ろ".

Nhóm Ⅲ : "くる→こい", "する→しろ"

| | V dic. | V (Thể mệnh lệnh) | | | V dic. | V (Thể mệnh lệnh) | |
|---|---|---|---|---|---|---|---|
| Ⅰ | かう | かえ | う→え | Ⅱ | ねる | ねろ | |
| | かく | かけ | く→け | | みる | みろ | |
| | はなす | はなせ | す→せ | | かりる | かりろ | る→ろ |
| | まつ | まて | つ→て | | *くれる | くれ | |
| | しぬ | しね | ぬ→ね | Ⅲ | くる | こい | |
| | あそぶ | あそべ | ぶ→べ | | する | しろ | |
| | よむ | よめ | む→め | | | | |
| | かえる | かえれ | る→れ | | | | |

3 ) Cách cấu tạo thể cấm đoán như sau. Ta thêm "な" vào đuôi động từ nguyên thể.

かう → かうな
かく → かくな
たべる → たべるな
する → するな
くる → くるな

| | |
|---|---|
| みんな、頑張れ。 | *Tất cả hãy cố lên!* |
| 中に入るな。 | *Không được vào bên trong!* |

Thể mệnh lệnh và thể cấm đoán được sử dụng cho cả biển báo quy định hay cổ vũ. Trường hợp cổ vũ thì phụ nữ cũng sử dụng. Ngoài ra, cũng được sử dụng khi tình thế khẩn cấp hoặc khi cánh đàn ông cãi nhau.

危ない！ 止まれ！ *Nguy hiểm! Dừng lại!*

うるさい！ 外へ出ろ！ *Lắm mồm! Đi ra ngoài!*

**2.** 答えを書きなさい。 *Hãy viết câu trả lời.*

● V なさい

1）"V なさい" là hình thức nói được sử dụng trong trường hợp bố mẹ chỉ thị hay ra lệnh cho con hoặc giáo viên chỉ thị hay ra lệnh cho học sinh. Nhiều trường hợp người trong vai trò làm quản lý giám sát sử dụng. Phụ nữ cũng dùng. Ngoài ra, cũng hay được sử dụng trong những câu yêu cầu của đề thi.

2）Biến đổi đuôi "ます" của động từ thể ます thành "なさい".

かきます → かきなさい
たべます → たべなさい
きます → きなさい

**3.** これは入るなという意味です。 *Cái này có nghĩa là không được vào.*

● N は〜という意味です。

Cách nói này được dùng để định nghĩa nghĩa của biển báo hoặc từ.

Nội dung được định nghĩa được thể hiện bằng thể thường hay thể mệnh lệnh, thể cấm đoán.

Câu hỏi sử dụng "どういう" để nói như sau:

Ａ：これはどういう意味ですか。 *Cái này có nghĩa là gì?*

Ｂ：ドライクリーニングができないという意味です。

*Có nghĩa là không được giặt khô.*

**4.** アランさんは友達に会うと言っていました。

*Alain nói rằng sẽ gặp bạn bè.*

● 〜と言っていました

1）"〜といっていました" là cách nói sử dụng khi muốn truyền đạt lại lời nhắn của người thứ ba. Nội dung lời nhắn đứng trước trợ từ trích dẫn "と" để ở thể thường hay thể mệnh lệnh, thể cấm đoán.

2）"〜といっていました" là cách nói truyền đạt lại nội dung nói chuyện của người thứ ba với tư cách là tin nhắn, còn "〜といいました" là cách nói truyền đạt lại cho người nghe nguyên vẹn nội dung nói của ai đó. (⇒ Bài 19-**3**)

127

# Từ và thông tin văn hóa

## 38　標識 Biển báo

**1.　町の標識 Biển báo trong thành phố**

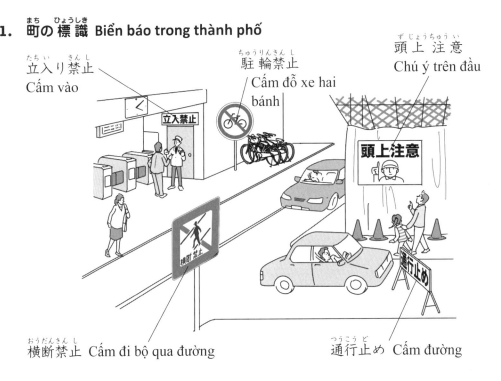

立入り禁止　Cấm vào
駐輪禁止　Cấm đỗ xe hai bánh
頭上注意　Chú ý trên đầu
横断禁止　Cấm đi bộ qua đường
通行止め　Cấm đường

**2.　施設内の標識 Biển báo trong nhà**

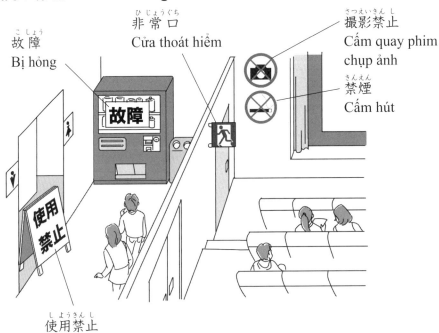

故障　Bị hỏng
非常口　Cửa thoát hiểm
撮影禁止　Cấm quay phim chụp ảnh
禁煙　Cấm hút
使用禁止　Cấm sử dụng

# 39 Cháu đã mua nó để định dùng khi đi du lịch, vậy mà...

## Hội thoại

Kimura:   Kim này, từ ngày mai cháu đi du lịch nhỉ!

Kim:   Vâng, vì thế mà cháu đã mua một cái máy ảnh mới nhưng nó bị trục trặc đang đem đi sửa. Cháu đã mua nó để định dùng khi đi du lịch, vậy mà...

Kimura:   Vừa mới mua xong mà đã bị hỏng à?

Kim:   Vâng, vừa bấm nút điện nguồn một cái đã bị lỗi ngay rồi. Hình như phần nút bấm bị hỏng. Họ nói sửa phải mất khoảng 1 tuần.

Kimura:   Thế à? Vậy bác cho cháu mượn cái mái ảnh của bác nhé!

Kim:   Làm thế có được không bác?

Kimura:   Được. Hãy đi chụp nhiều ảnh mang về nhé!

Kim:   Dạ! Cháu cảm ơn bác ạ.

# Từ vựng

| | | |
|---|---|---|
| るす | 留守 | trông nhà, đi vắng |
| ウール | | len, dạ |
| バーゲン | | bán hạ giá |
| あしあと | 足跡 | dấu chân |
| はちみつ | | mật ong |
| せき | 席 | chỗ, chỗ ngồi |
| いっぱい | | đầy, no |
| しょうしゃ | 商社 | công ty thương mại |
| ちしき | 知識 | kiến thức |
| せんもんちしき | 専門知識 | kiến thức chuyên môn |
| エラー | | lỗi |
| スイッチ | | công tắc |
| ぶぶん | 部分 | bộ phận, phần |
| | | |
| はいる　Ⅰ | 入る | có, có cho |
| あつまる　Ⅰ | 集まる | tập trung |
| のこる　Ⅰ | 残る | còn lại, còn xót, ở lại |
| さす[かさを～]　Ⅰ | さす[傘を～] | che (ô) |
| ゆずる　Ⅰ | 譲る | nhường |
| うまくいく　Ⅰ | | thuận lợi, tiến hành thuận lợi |
| つきあう　Ⅰ | | quan hệ, chơi |
| びっくりする　Ⅲ | | giật mình |
| きこくする　Ⅲ | 帰国する | về nước |
| きたいする　Ⅲ | 期待する | kỳ vọng, hy vọng |
| なやむ　Ⅰ | 悩む | trăn trở |
| はなしあう　Ⅰ | 話し合う | nói chuyện với nhau (người ＋ と) |
| | | |
| ばりばり | | hăng hái, tích cực |
| どうも | | không hiểu sao |
| | | |
| それで | | do đó |

そうか。 　　　　　　　　　　　Thế à! (cách nói trong hội thoại mang tính thân mật của "そうですか")

---

やまかわ 　　　　山川 　　　　Yamakawa

# Giải thích ngữ pháp

### Phỏng đoán 2, việc diễn ra ngược lại "のに"

**39**

**1.** | マリーさんは疲れているようです。 | *Marie có vẻ đang mệt.*

● **S (thể thường) ようです**

1) Sử dụng cho trường hợp diễn tả việc người nói suy luận, nhận định tình hình từ những thông tin có được qua việc sử dụng năm giác quan như nhìn, nghe, sờ, ngửi, v.v.. Có nghĩa là "có vẻ".

2) Từ loại đứng trước "ようです" để ở thể thường nhưng riêng "だ" của tính từ đuôi な biến đổi thành "な", "だ" của danh từ biến đổi thành "の".
マリーさんは野菜が嫌いなようです。　*Marie có vẻ ghét ăn rau.*
マリーさんは留守のようです。　*Marie có vẻ như đang vắng nhà.*

3) "そうです" chủ yếu là phán đoán bằng trực giác thông qua bề ngoài, còn "ようです" lại là phán đoán suy luận dựa trên những thông tin thu thập được qua việc nghe và đọc. (⇒ Bài 37-**1**)

*(Nhìn vẻ bề ngoài của thày giáo)*
新しい先生は厳しそうです。　*Thày giáo mới có vẻ nghiêm khắc.*

*(Nghe chuyện của người khác nói)*
新しい先生は厳しいようです。

*Thày giáo mới có vẻ nghiêm khắc.*

**2.** | 山川さんはよく勉強しているのに、成績がよくないです。 |

*Yamakawa học giỏi vậy mà thành tích lại không tốt.*

● **S1 (thể thường) のに、S2**

1) S1 nói về một sự thật nào đó và S2 thể hiện việc trái ngược lại với những điều dự đoán thông thường về sự thật đó. Có nghĩa là "S1 vậy mà S2". Trong hầu hết các trường hợp, phần nhiều là thể hiện tâm trạng không ngờ tới của người nói đối với những kết quả ngoài dự đoán hay sự không ăn khớp, thể hiện những cảm xúc khách quan của người nói như phê phán, bất mãn, ân hận, v.v..

2) Ở S2 không sử dụng cách nói biểu thị mệnh lệnh, nhờ vả, ý chí của người nói.
×テストがあるのに、遊びに行こうと思う。

Ngoài ra, cũng có khi không nói S2.

旅行のとき、使おうと思ってカメラを買ったのに……。

*Tôi mua cái máy ảnh để định sử dụng khi đi lu lịch vậy mà...*

3）Từ loại đứng trước "のに" sử dụng thể thường. Tuy nhiên, "だ" của tính từ đuôi な và danh từ thì đổi thành "な".

**3.** | ナルコさんは結婚したばかりです。 | *Naruko vừa mới cưới xong.*

● V たばかりです

1）Cách nói này thể hiện rằng "người nói cảm nhận được rằng từ khi V xảy ra, thời gian vẫn chưa trôi đi nhiều lắm".

Mẫu câu thể hiện rằng, người nói cảm nhận thấy từ khi Naruko cưới thời gian chưa trôi đi nhiều lắm.

2）"V たばかりです" sử dụng với tư cách là câu có vị ngữ là danh từ. Vì vậy, khi nói với các từ như "〜のに", "〜ので", "〜とき", v.v. sẽ thành như sau:

さっき名前を聞いたばかりなのに、忘れてしまいました。

*Vừa hỏi tên lúc nãy xong đã quên mất rồi.*

免許を取ったばかりなので、まだ運転が下手です。

*Tôi vừa lấy bằng xong nên lái xe vẫn còn kém.*

日本へ来たばかりのとき、日本語が話せなくて困りました。

*Khi vừa mới đến Nhật Bản, tôi khổ sở vì không nói được tiếng Nhật.*

3）"V たばかりです" đặt trọng tâm vào tâm lý của người nói cảm thấy thời gian kể từ khi kết thúc hành động đó là ngắn, còn "V たところです" thì lại đặt trọng tâm vào việc nói giờ đang ở giai đoạn hành động đó vừa kết thúc.

(⇒ Bài 37-**2**)

# Từ và thông tin văn hóa

### 電車の事故 Tai nạn tàu điện

**1. 事故のお知らせ Thông báo tai nạn**

> お客様にお知らせいたします。先ほどＡ駅で起きました人身事故の影響で電車の到着が遅れております。皆様には大変ご迷惑をおかけいたしますが、到着までいましばらくお待ちください。
>
> Chúng tôi xin thông báo với Quý khách! Do ảnh hưởng vụ tai nạn người va vào tàu vừa xảy ra tại ga A, tàu sẽ đến muộn. Chúng tôi ô cùng xin lỗi Quý khách và mong Quý khách thông cảm đợi một chút thời gian cho đến khi tàu tới.

**2. 電車のトラブルの原因 Nguyên nhân sự cố tàu điện**

1. 人身事故  tai nạn về người
2. 信号故障  hỏng đèn giao thông
3. 車両点検  kiểm tra toa tàu
4. 強風  gió mạnh
5. 大雪  tuyết lớn
6. 落雷  sét đánh

**3. トラブルへの対応 Xử lý sự cố**

1. 運転を見合わせる  dừng tàu
2. 振替輸送を行う  thu xếp chuyển hành khách sang phương tiện khác (để khắc phục sự cố và miễn phí)
3. 遅延証明書を出す  phát giấy chứng nhận tàu đến chậm giờ

# 40 Cháu muốn cho con đến trường học thêm mà...

## Hội thoại

Kimura: An này, cô đang lo lắng chuyện gì à?

Le: Vâng, chuyện là cháu muốn cho con trai đến trường học thêm mà nó mãi không chịu.

Kimura: Vậy hả? Trẻ con cứ để cho nó chơi thoải mái xem thế nào?

Le: Nhưng mà tất cả các bạn của con cháu đều đi đến lớp học thêm. Con trai của bác Kimura thì thế nào ạ?

Kimura: Con nhà tôi đâu có đi đến trường học thêm. Nó hay đi bể bơi. Bạn bè cũng nhiều, có vẻ rất vui.

Le: Thế ạ!

Kimura: Chẳng phải điều quan trọng nhất là cho nó làm cái điều mà nó muốn làm hay sao?

Le: Có lẽ là thế, bác nhỉ! Cháu sẽ thử nói chuyện lại với con trai một lần nữa xem sao ạ.

# Từ vựng

| | | |
|---|---|---|
| せいと | 生徒 | học sinh |
| じらい | 地雷 | mìn |
| せわ | 世話 | chăm sóc |
| パーマ | | tóc xoăn |
| ピアス | | hoa tai |
| くちべに | 口紅 | son |
| アクセサリー | | đồ trang sức |
| たび | 旅 | chuyến đi, chuyến du lịch |
| ひとりたび | 一人旅 | đi du lịch một mình |
| くらし | 暮らし | cuộc sống |
| ひとりぐらし | 一人暮らし | sống một mình |
| プロジェクト | | dự án |
| ディベート | | buổi tranh luận |
| じゅく | 塾 | trường học thêm |
| さんせい | 賛成 | tán thành |
| グループ | | nhóm |
| さんせいグループ | 賛成グループ | nhóm tán thành |
| ジャッジ | | trọng tài |
| ジャッジグループ | | tổ trọng tài |
| レベル | | trình độ |
| 〜いがい | 〜以外 | ngoài 〜 |
| | | |
| そめる　Ⅱ | 染める | nhuộm |
| かける[パーマを〜]　Ⅱ | | uốn (tóc) |
| | | |
| のばす　Ⅰ | 伸ばす | để dài |
| そうたいする　Ⅲ | 早退する | về sớm |
| まなぶ　Ⅰ | 学ぶ | học |
| うんという　Ⅰ | うんと言う | nói đồng ý |
| | | |
| はで[な] | 派手[な] | lòe loẹt, sặc sỡ |
| | | |
| もし | | nếu |

136

| それでは | | và sau đây, tiếp theo |

| しえきけい | 使役形 | thể sai khiến |

# Giải thích ngữ pháp

## Thể sai khiến

**1.** | Thể sai khiến |

　　1）Người ta gọi việc người trên bắt người dưới làm một cái gì đó là sai khiến. Trong sai khiến có mang nghĩa bắt ai đó thực hiện hành động một cách khiên cưỡng và mang nghĩa cho phép, chấp nhận không mang ý cưỡng chế.

　　2）Cách chia động từ thể sai khiến như sau:

　　Nhóm Ⅰ：Biến đổi âm thuộc cột "-u" ở đuôi động từ nguyên thể thành "-a せる".

　　Nhóm Ⅱ：Biến đổi đuôi "る" của động từ nguyên thể thành "させる".

　　Nhóm Ⅲ："くる→こさせる", "する→させる"

| | V dic. | V (Thể sai khiến) | | | V dic. | V (Thể sai khiến) | |
|---|---|---|---|---|---|---|---|
| Ⅰ | いう | いわせる | う→わ | | Ⅱ | たべる | たべさせる | る→させる |
| | きく | きかせる | く→か | | | あける | あけさせる | |
| | いそぐ | いそがせる | ぐ→が | | | みる | みさせる | |
| | はなす | はなさせる | す→さ | せる | Ⅲ | くる | こさせる | |
| | まつ | またせる | つ→た | | | する | させる | |
| | しぬ | しなせる | ぬ→な | | | | | |
| | あそぶ | あそばせる | ぶ→ば | | | | | |
| | よむ | よませる | む→ま | | | | | |
| | つくる | つくらせる | る→ら | | | | | |

　　3）Động từ ở thể sai khiến được chia giống như các động từ thuộc nhóm Ⅱ.

**2.** | せんぱい こうはい そうじ<br>先輩は後輩にトイレの掃除をさせます。<br>せんぱい こうはい か もの い<br>先輩は後輩を買い物に行かせます。 |

*Anh chị lớp trên cho các em lớn dưới dọn dẹp nhà vệ sinh.*

*Anh chị lớp trên bắt các em lớn dưới đi mua đồ.*

● N1 (người) は N2 (người) に N3 (vật) を V (thể sai khiến)

● N1 (người) は N2 (người) を V (thể sai khiến)

Là cách nói mà người trên (N1) chẳng hạn như bố mẹ, thày cô giáo, v.v. bắt buộc người dưới (N2) làm một việc gì đó.

Trường hợp động từ đi kèm với trợ từ "を" thì người thực hiện hành động (N2) được chỉ ra ở "に".

Trường hợp động từ không đi kèm với trợ từ "を" thì người thực hiện hành động (N2) được chỉ ra ở "を".

**40**

**3.**

> 母は 妹 に好きなお菓子を買わせます。
> 母は 妹 を遊ばせます。

*Mẹ cho em gái mua bánh kẹo mà em thích.*

*Mẹ cho em gái chơi.*

- ● N1 (người) は N2 (người) に N3 (vật) を V (thể sai khiến)
- ● N1 (người) は N2 (người) を V (thể sai khiến)

1）Diễn tả người trên cho phép, chấp nhận một hành động mà đối phương mong muốn. Tùy thuộc vào ngữ cảnh mà nó có nghĩa là sự ép buộc hay cho phép.

わたしは野菜が嫌いなのに、母は毎日野菜をたくさん食べさせます。

*Tôi ghét ăn rau nên hàng ngày mẹ tôi bắt ăn nhiều rau. (ép buộc)*

父はレストランでわたしたちに好きなものを食べさせました。

*Bố tôi cho chúng tôi ăn những món mà chúng tôi thích ở nhà hàng.*

*(cho phép, chấp nhận)*

2）Trường hợp tiếp nhận sự cho phép, chấp nhận như là một ân huệ thì sử dụng cấu trúc "V (thể sai khiến) てくれる".

高校生のとき、両親は一人旅をさせてくれました。

*Hồi học cấp ba, bố mẹ đã cho tôi đi du lịch một mình.*

**4.**

> あした休ませていただけませんか。

*Ngày mai cho phép tôi được nghỉ có được không ạ?*

- ● V (thể sai khiến) ていただけませんか

Đây là cách nói xin phép người trên một cách lịch sự trong trường hợp bản thân muốn làm một cái gì đó. (⇒ Bài 16-**1**)

139

# Từ và thông tin văn hóa

## 大学生活 Cuộc sống đại học

入学式
lễ nhập trường

新入生歓迎コンパ
tiệc chào mừng tân sinh viên

オリエンテーション
buổi hướng dẫn

講義
buổi giảng

ゼミ
seminar

サークル活動
hoạt động câu lạc bộ

学園祭
lễ hội trường

卒業式
lễ tốt nghiệp

送別会（謝恩会）
tiệc chia tay
(tiệc cảm ơn các thày cô)

学期 học kỳ （前期 học kỳ đầu　後期 học kỳ cuối）
学生証 thẻ sinh viên　学割 giảm giá cho sinh viên
卒業証明書 bằng tốt nghiệp　成績証明書 giấy chứng nhận kết quả học tập
単位 tín chỉ　卒業論文 luận văn tốt nghiệp
就職活動 tìm việc, xin việc

# 41 Tiến sỹ đã từng nghiên cứu ở trường sau đại học.

## Hội thoại

Chatchai: Thưa các quý vị, vị khách mời của Lễ hội văn hóa năm nay của chúng ta là tiến sỹ Miriam Theron! Tiến sỹ đã từng nghiên cứu y học tại trường sau đại học. Xin cám ơn tiến sỹ đã nhận lời mời của chúng tôi ngày hôm nay!

Theron: Tôi cũng xin cảm ơn!

Chatchai: Thưa tiến sỹ, hiện nay tiến sỹ đang tiến hành nghiên cứu gì ạ?

Theron: Tôi đang nghiên cứu vắc-xin phòng bệnh sốt rét.

Chatchai: Tiến sỹ nghĩ thế nào về tính khả thi của việc phát triển vắc-xin ạ?

Theron: Hiện nay, trên thế giới đang tiến hành nghiên cứu. Không đơn giản nhưng tôi nghĩ nhất định nó sẽ được phát triển thành công.

Chatchai: Chúng tôi cũng xin chúc cho ngày đó sẽ đến sớm với chúng ta!

# Từ vựng

| | | |
|---|---|---|
| おうじょさま | 王女様 | nữ hoàng |
| スニーカー | | giày thể thao |
| びよういん | 美容院 | tiệm làm tóc |
| ピアニスト | | nghệ sỹ đàn piano |
| だいじん | 大臣 | bộ trưởng |
| きちょうひん | 貴重品 | đồ đạc có giá trị |
| にわ | 庭 | vườn, sân |
| かた | 方 | vị (cách nói tôn kính của "ひと") |
| シートベルト | | dây an toàn |
| してんちょう | 支店長 | trưởng chi nhánh |
| インタビュアー | | người phỏng vấn |
| けいご | 敬語 | kính ngữ |
| とうふ | 豆腐 | đậu phụ |
| とうふサラダ | 豆腐サラダ | xa lát đậu phụ |
| さっか | 作家 | nhà văn |
| せいじ | 政治 | chính trị |
| ～か | ～家 | nhà ～, ～ gia (tiếp vĩ từ chỉ người có chuyên môn ～) |
| せいじか | 政治家 | chính trị gia |
| はいゆう | 俳優 | diễn viên |
| がくしゃ | 学者 | học giả |
| いがく | 医学 | y học |
| マラリア | | sốt rét |
| ワクチン | | vắc-xin |
| げんざい | 現在 | hiện tại |
| いらっしゃる　I | | đi, đến, ở (kính ngữ của いく, くる, いる) |
| めしあがる　I | 召し上がる | ăn, uống (kính ngữ của たべる, のむ) |
| おっしゃる　I | | nói (kính ngữ của いう) |
| ごらんになる　I | ご覧になる | nhìn, xem (kính ngữ của みる) |

142

| | | |
|---|---|---|
| なさる Ⅰ | | làm (kính ngữ của する) |
| くださる Ⅰ | 下さる | cho (kính ngữ của くれる) |
| おせわになる Ⅰ | お世話になる | được chăm sóc, được giúp đỡ |
| けんぶつする Ⅲ | 見物する | tham quan |
| きがえる Ⅱ | 着替える | thay quần áo (quần áo ＋に) |
| しめる Ⅱ | 締める | thắt (dây an toàn, v.v.) |
| ねがう Ⅰ | 願う | mong, cầu mong |
| 一ぶ | 一部 | — bản (trợ từ đếm dùng để đếm tờ rơi, v.v.) |
| 一れつ | 一列 | — hàng (trợ từ đếm dùng để đếm thứ sắp xếp nối tiếp nhau) |
| しょうしょう | 少々 | một chút (cách nói trịnh trọng của 少し) |
| ～ずつ | | từng ～, ～ một |

| | | |
|---|---|---|
| ホンコン | | Hồng Kông |
| ブラジル | | Braxin |
| ミリアム・セロン | | Miriam Theron |
| そんけいどうし | 尊敬動詞 | động từ kính ngữ |
| そんけいけい | 尊敬形 | thể kính ngữ |

# Giải thích ngữ pháp

## Cách nói tôn kính

**1.** Tôn kính ngữ

1 ) Sử dụng tôn kính ngữ khi người nói thể hiện sự kính trọng đối với người nghe hoặc "nhân vật của câu chuyện". Kính ngữ được sử dụng trong trường hợp người nghe hoặc "nhân vật của câu chuyện" là người trên (thày giáo, cấp trên, người lớn tuổi) hay người không thân, người không quen biết. Ngoài ra, còn dùng cả trong trường hợp bối cảnh trịnh trọng.

2 ) Trong kính ngữ, nhìn chung bao gồm tôn kính ngữ và khiêm nhường ngữ. Khi người nói muốn nâng cao hành vi, trạng thái của người thực hiện hành vi thì dùng tôn kính ngữ. Khi người thực hiện hành động muốn hạ thấp hành vi của mình xuống thì ta dùng khiêm nhường ngữ. (⇒ Bài 42) Trong bài này chúng ta học tôn kính ngữ.

3 ) Trong tôn kính ngữ có 3 hình thức sau:

· Động từ kính ngữ (Tôn kính ngữ đặc biệt có hình thức hoàn toàn khác so với động từ nguyên gốc) (⇒ **1**-5 ))

· "おVになります" (⇒ **3**)

· Thể kính ngữ (⇒ **5**)

4 ) Trường hợp sử dụng trên hai động từ trở lên thì phần lớn là biến đổi động từ ở phía cuối câu để tạo ra tôn kính ngữ.

5 ) Bảng của trang sau là bảng động từ kính ngữ có hình thức hoàn toàn khác với động từ nguyên gốc.

| V dic. | V (kính ngữ) thể thường | V (kính ngữ) thể lịch sự |
|--------|------------------------|-------------------------|
| いく | いらっしゃる | いらっしゃいます |
| くる | | |
| いる | | |
| ～ている | ～ていらっしゃる | ～ていらっしゃいます |
| たべる | めしあがる | めしあがります |
| のむ | | |
| いう | おっしゃる | おっしゃいます |
| みる | ごらんになる | ごらんになります |
| する | なさる | なさいます |
| くれる | くださる | くださいます |
| ～てくれる | ～てくださる | ～てくださいます |
| しっている | ごぞんじだ | ごぞんじです |

Thể ます của "いらっしゃる" là "いらっしゃいます". "おっしゃる" "なさる"
"くださる" cũng tương tự là "おっしゃいます" "なさいます" "くださいます".

**2.**  先生はあしたロンドンへいらっしゃいます。

*Ngày mai thày giáo đi Luân Đôn.*

● **Động từ kính ngữ**

Để thể hiện sự kính trọng với người thày sẽ đi Luân Đôn, người nói sử dụng "いらっしゃいます" thay cho "いきます".

Khi nói với người khác về gia đình của mình, cho dù là ông bà, bố mẹ cũng không sử dụng kính ngữ.

×父は毎日電車で会社へいらっしゃいます。

**3.**  社長は5時にお帰りになります。   *Tổng giám đốc về nhà lúc 5 giờ.*

●**おVになります**

Phần lớn động từ đều có thể để dưới dạng "おVになります" để mang nghĩa kính trọng. Tuy nhiên, những động từ nhóm Ⅲ và những động từ mà trước đuôi ます chỉ có một âm tiết ("います", "みます", "ねます", v.v.) không sử dụng được dạng này. Những động từ thuộc nhóm Ⅰ và nhóm Ⅱ sẽ thêm "お" vào trước động từ thể ます, bỏ ます và thay vào đó bằng "になります".

145

かえります → おかえりになります
でかけます → おでかけになります
やすみます → おやすみになります

**4.** どうぞお入りください。 *Xin mời vào!*

●お V ください

Là cách nói kính ngữ khi nhờ vả hay đưa ra chỉ thị. Sử dụng dưới dạng "お V く
ださい". "おはいりください" lịch sự hơn "はいってください", diễn tả người
nói tỏ ý kính trọng với người nghe. Tuy nhiên, những động từ thuộc nhóm III và
những động từ chỉ có một âm tiết đứng trước đuôi ます ("います", "みます",
"ねます", v.v.) thì không sử dụng được dạng này. Còn những động từ nhóm I
và nhóm II thì sẽ thêm "お" vào trước động từ thể ます, bỏ ます và thay vào đó
bằng "ください".

はいります → おはいりください
つかいます → おつかいください
ききます → おききください

**5.** Thể tôn kính

1 ) Biến đổi động từ thành thể tôn kính và sử dụng như là kính ngữ.

2 ) Cách cấu tạo động từ thể tôn kính như sau. Giống với cách biến đổi của thể
bị động. (⇒ Bài 36)

|   | V dic. | V (Thể tôn kính) |   |     | V dic. | V (Thể tôn kính) |   |
|---|--------|------------------|---|-----|--------|------------------|---|
| I | きく | きかれる | く→か | II | かける | かけられる | る→ |
|   | つかう | つかわれる | う→わ | れる |   | おりる | おりられる | られる |
|   | よむ | よまれる | む→ま |   | III | くる | こられる |   |
|   |   |   |   |   | する | される |   |

Thể tôn kính của động từ nhóm I và thể tôn kính của nhóm III "する" có
hình thức giống với thể bị động.

Động từ nhóm II và thể tôn kính của các động từ thuộc nhóm III "くる" có
dạng giống hệt với thể khả năng.

Chúng có ý nghĩa như thế nào là tùy thuộc vào bối cảnh văn phong.

今はインターネットで何でも調べられます。(khả năng)

*Bây giờ cái gì cũng có thể tra được trên mạng.*

空港でかばんの中を調べられました。(bị động)

*Tôi bị kiểm tra bên trong túi xách ở sân bay.*

社長はご自分で書類を調べられました。(tôn kính)

*Tổng giám tự kiểm tra hồ sơ.*

3）Tất cả động từ thể tôn kính được chia như là động từ nhóm Ⅱ.

**6.** 社長は毎日8時に来られます。　*Hàng ngày tổng giám đốc đến lúc 8 giờ.*

● **Thể tôn kính**

Trong câu này, để thể hiện sự kính trọng đối với tổng giám đốc, "こられます" được sử dụng thay cho "きます".

. . . . . . . . . . . . . . . . . . . . . . . . . . . . . . . . . . . . . . . . . . . . . . . . . . . . . . . . . .

① どんなものがお好きですか。　*Chị thích những thứ như thế nào?*

Ở một số tính từ, có thể thêm "お" ở đầu từ để biểu thị lòng kính trọng đối với đối phương.

なA：すきです　　　→　おすきです

　　　げんきです　　→　おげんきです

いA：いそがしいです　→　おいそがしいです

　　　わかいです　　　→　おわかいです

41

147

# Từ và thông tin văn hóa

## 旅行 Du lịch

### JR 新幹線で行く京都 3 日間【とらや旅館に泊まる】
### 3 ngày ở Kyoto bằng JR Shinkansen (trọ tại Lữ quán Toraya)

● ［とらや旅館］ Lữ quán Toraya
京都駅下車、徒歩 2 分
Xuống ga Kyoto, đi bộ 2 phút
お好きな浴衣がお選びになれます。
Bạn có thể lựa chọn bộ Yukata mà mình thích.

● JR 新幹線全列車がご利用になれます。
Bạn có thể sử dụng tàu JR Shinkansen.

**ツアー日程　Lịch trình tour**

| | 行程 Lịch trình | 食事 Ăn | 宿泊 Nơi trọ |
|---|---|---|---|
| 1 | 東京駅発→（JR 新幹線）→京都駅着<br>Xuất phát từ ga Tokyo → (tàu JR Shinkansen)<br>→ đến ga Kyoto | 朝：×<br>sáng<br>昼：×<br>trưa<br>夕：○<br>tối | とらや旅館<br>Lữ quán Toraya |
| 2 | 終日自由行動。Tự do cả ngày<br>京都をお楽しみください！<br>Hãy thưởng thức những điều thú vị ở Kyoto!<br>※レンタカープランもございます！<br>　お問い合わせください。<br>Chúng tôi có cả chương trình cho mượn xe<br>để khách tự lái! Hãy liên hệ cho chúng tôi. | 朝：○<br>昼：×<br>夕：○ | とらや旅館<br>Lữ quán Toraya |
| 3 | ホテル…京都駅→（JR 新幹線）→東京駅着<br>Khách sạn… Ga Kyoto → (tàu JR Shinkansen)<br>→ đến ga Tokyo | 朝：○<br>昼：× | |

| オプショナルツアー<br>Tour tự chọn | 舞妓体験ツアー　Tour trải nghiệm Maiko<br>座禅体験ツアー　Tour trải nghiệm ngồi Thiền |
|---|---|

# 42 10 năm trước tôi đến Nhật Bản.

## Hội thoại

Lin: Thưa quý vị, xin cám ơn quý vị đã có mặt ngày hôm nay! 10 năm trước tôi đến Nhật Bản. Sau khi tốt nghiệp Trường tiếng Nhật Subaru, tôi đã học lên Trường đại học Yuri. Sau khi tốt nghiệp đại học, tôi vào làm cho Công ty Du lịch Summit và làm việc ở đó 5 năm. Và nhờ sự giúp đỡ của các quý vị, ngày hôm nay tôi đã bắt đầu được công ty du lịch của mình. Tôi muốn vừa lắng nghe ý kiến của quý vị vừa xây dựng một công ty dẫn đầu thời đại mới. Xin cảm ơn tất cả quý vị!

Kimura: Xin chúc mừng Lin!

Suzuki: Tất cả đều ủng hộ em đấy!

Smith: Lin, hãy cố gắng!

Lin: Xin cảm ơn mọi người!

149

## Từ vựng

| | | |
|---|---|---|
| わたくし | 私 | tôi (khiêm tốn ngữ của わたし) |
| けんちくがく | 建築学 | kiến trúc học |
| とし | 都市 | đô thị |
| としけいかく | 都市計画 | quy hoạch đô thị |
| くにぐに | 国々 | các nước |
| こうそく | 高速 | cao tốc |
| こうそくどうろ | 高速道路 | đường cao tốc |
| プレゼンテーション | | bài trình bày |
| でんごん | 伝言 | tuyên ngôn |
| うちあわせ | 打ち合わせ | họp |
| あてさき | あて先 | địa chỉ liên lạc |
| けんめい | 件名 | tên chủ đề (dùng cho E-mail) |
| おたく | お宅 | nhà người khác (cách nói lịch sự của từ いえ) |
| おかげ | | nhờ |
| じだい | 時代 | thời đại |
| ほんじつ | 本日 | hôm nay (cách nói trịnh trọng của "きょう") |
| まいる　I | 参る | đến (khiêm tốn ngữ của いく, くる) |
| おる　I | | ở, có (khiêm tốn ngữ của いる) |
| もうす　I | 申す | nói (khiêm tốn ngữ của いう) |
| はいけんする　III | 拝見する | nhìn, xem (khiêm tốn ngữ của みる) |
| いたす　I | | làm (khiêm tốn ngữ của する) |
| うかがう　I | 伺う | hỏi, đi (khiêm tốn ngữ của きく, いく) |
| ぞんじておる　I | 存じておる | biết (khiêm tốn ngữ của しっている) |
| せんこうする　III | 専攻する | học chuyên ngành |
| むすぶ　I | 結ぶ | kết nối, buộc, nối |

150

| | | |
|---|---|---|
| はずす［せきを～］　Ⅰ | 外す［席を～］ | rời (chỗ) |
| ごぶさたする　Ⅲ | | lâu rồi mới gặp |
| すごす　Ⅰ | 過ごす | trải qua, sống |
| しんがくする　Ⅲ | 進学する | học lên (trường ＋に) |
| つとめる　Ⅱ | 勤める | làm việc |
| リードする　Ⅲ | | dẫn dầu |
| おうえんする　Ⅲ | 応援する | ủng hộ |
| なつかしい | 懐かしい | thấy nhớ, nhớ lại |
| ～かん | ～間 | tiếp vĩ ngữ đứng sau từ chỉ thời gian để chỉ khoảng thời gian |
| 　―ねんかん | ―年間 | ― năm |
| なぜ | | tại sao |
| そして | | và, thế rồi |
| おめでとうございます。 | | Xin chúc mừng! |

| | | |
|---|---|---|
| マレーシア | | Malaysia |
| アジア | | châu Á |
| まつやま | 松山 | Matsuyama |
| タン・ズイチン | | Tan Jui Chen |
| やまだ | 山田 | Yamada |
| スバルけんせつ | スバル建設 | Công ty Xây dựng Subaru |
| サミットりょこうしゃ | サミット旅行社 | Công ty du lịch Summit |
| けんじょうどうし | 謙譲動詞 | động từ khiêm tốn |
| しゅく | 祝 | Chúc mừng |

42

151

# Giải thích ngữ pháp

## Cách nói khiêm nhường

**1.** | Khiêm nhường ngữ |

1 ）Khiêm nhường ngữ là cách nói mà ở đó người nói hạ thấp hành động của bản thân mình xuống để thể hiện sự kính trọng với bên tiếp nhận hành động.

2 ）Trong khiêm nhường ngữ có hai hình thức sau:

· Động từ khiêm nhường (là những động từ đặc biệt có hình thức khác hoàn toàn với động từ gốc) (⇒ **1**-3 )

· おVする⇒ **3**

3 ）Bảng các động từ khiêm nhường có hình thức hoàn toàn khác với động từ gốc:

| V dic. | V (khiêm nhường) thể thường | V (khiêm nhường) thể lịch sự |
|---|---|---|
| いく | まいる | まいります |
| くる | | |
| いる | おる | おります |
| ～ている | ～ておる | ～ております |
| たべる | いただく | いただきます |
| のむ | | |
| もらう | | |
| ～てもらう | ～ていただく | ～ていただきます |
| いう | もうす | もうします |
| みる | はいけんする | はいけんします |
| する | いたす | いたします |
| きく | うかがう | うかがいます |
| (うちへ)いく | | |
| しっている | ぞんじておる | ぞんじております |

152

**2.** | 3時に伺います。 | *Tôi xin được đến lúc 3 giờ.*

● **Động từ khiêm nhường**

Khi nói chuyện với người trên hoặc người không thân lắm, người nói nhún nhường về hành động của mình cũng như của những người thuộc phía mình và sử dụng động từ đặc biệt.

A：あした何時にうちへ来ますか。

*Ngày mai anh đến nhà tôi lúc mấy giờ?*

B：3時に伺います。　*Tôi xin phép đến lúc 3 giờ ạ.*

**42**

**3.** | 私がお手伝いします。 | *Xin phép để tôi giúp đỡ.*
| 私がご説明します。 | *Tôi xin được giải thích.*

● **お／ご V します**

1）Đây là cách nói nhún nhường về hành động mà bản thân thực hiện để dành cho đối phương. Tuy nhiên, sẽ không sử dụng cách nói này khi hành động của người nói không liên quan trực tiếp đến đối tượng cho dù đó là đối tượng mà người nói phải thể hiện sự kính trọng.

A：Bさんは毎晩何を飲みますか。

*Hàng tối, anh B uống gì?*

×B：ビールをお飲みします。

2）Những động từ thuộc nhóm Ⅰ, Ⅱ sẽ thêm "お" vào trước động từ ở thể ます, thay "ます" bằng "します".

てつだいます　→　おてつだいします

みせます　→　おみせします

Những động từ mà trước đuôi "ます" chỉ có một âm tiết (ví dụ như: "みます" "います" "ねます", v.v.) thì không sử dụng được dạng này.

Những động từ thuộc nhóm Ⅲ như "せつめいする", "れんらくする", v.v. sẽ thêm "ご" vào đằng trước.

せつめいします　→　ごせつめいします

れんらくします　→　ごれんらくします

# Từ và thông tin văn hóa

### 店での表現 Những câu nói trong cửa hàng

1. **カフェ・ハンバーガーショップ** Tại quán cà phê/cửa hàng Hamburger

ご注文は？ Quý khách gọi gì ạ?

コーヒー、お願いします。 Cho tôi ly cà phê.

こちらでお召し上がりですか。　Quý khách ăn luôn tại cửa hàng chứ ạ?

お持ち帰りですか。　Quý khách mang về nhà ạ?

お砂糖、お使いですか。　Quý khách có dùng đường không ạ?

少々お待ちください。　Xin quý khách đợi một chút ạ!

ごゆっくりどうぞ。　Xin mời quý khách cứ chậm rãi thong thả ạ!

2. **レストラン** Tại nhà hàng

何名様ですか。 Quý khách đi mấy người ạ?
お会計はご一緒ですか。 Các quý khách thanh toán chung chứ ạ?

別々にお願いします。 Chúng tôi trả riêng.

3. **コンビニ** Tại cửa hàng tiện lợi

お弁当、温めましょうか。　Quý khách có muốn hâm nóng lại cơm hộp không ạ?

おはし、おつけしましょうか。　Quý khách có dùng đũa không ạ?

袋に入れますか。　Tôi có thể cho đồ vào túi được không?

# まとめ8

## Từ vựng

| | | |
|---|---|---|
| ちゅうしゃ | 駐車 | đỗ xe |
| ちゅうしゃきんし | 駐車禁止 | cấm đỗ |
| ホームシック | | nhớ nhà |
| げんきづける　Ⅱ | 元気づける | động viên |
| かんしゃする　Ⅲ | 感謝する | cảm ơn |
| むかう　Ⅰ | 向かう | hướng đến |
| いや | | không (dùng để phủ định một cách nhẹ nhàng) |

## 巻末 (かんまつ)

**巻末**

## Từ vựng

| | | |
|---|---|---|
| —ひき／びき／ぴき | —匹 | — con (trợ từ số đếm dùng để đếm động vật nhỏ, côn trùng, cá, v.v.) |
| —ミリ（メートル）（mm） | | — milimét |
| —へいほうメートル（m²） | —平方メートル | — mét vuông |
| —へいほうキロメートル（km²） | —平方キロメートル | — kilomét vuông |
| —グラム（g） | | — gam |
| —シーシー（cc） | | — cc |
| —リットル（ℓ） | | — lít |
| —りっぽうメートル（m³） | —立方メートル | — mét khối |
| —びょう | —秒 | — giây |

| | | |
|---|---|---|
| たんい | 単位 | đơn vị |
| たどうし | 他動詞 | tha động từ |
| じどうし | 自動詞 | tự động từ |

**執筆者**

山﨑佳子　元東京大学大学院工学系研究科

石井怜子　麗澤大学

佐々木薫

高橋美和子

町田恵子　元公益財団法人アジア学生文化協会日本語コース

**翻訳**

LÊ LỆ THỦY

**本文イラスト**

内山洋見

**カバーイラスト**

宮嶋ひろし

**装丁・本文デザイン**

山田武

# 日本語初級２大地
## 文型説明と翻訳　ベトナム語版

2018 年 1 月 16 日　初版第 1 刷発行

著　者　山﨑佳子　石井怜子　佐々木薫　高橋美和子　町田恵子

発行者　藤嵜政子

発　行　株式会社スリーエーネットワーク

〒 102-0083　東京都千代田区麹町 3 丁目 4 番

トラスティ麹町ビル 2 Ｆ

電話　営業　03（5275）2722

編集　03（5275）2725

http://www.3anet.co.jp/

印　刷　倉敷印刷株式会社

ISBN978-4-88319-759-0　C0081

落丁・乱丁本はお取替えいたします。

本書の全部または一部を無断で複写複製（コピー）することは著作
権法上での例外を除き、禁じられています。

日本語学校や大学で日本語を学ぶ外国人のための日本語総合教材

■初級1

### 日本語初級1大地　メインテキスト
山﨑佳子・石井怜子・佐々木薫・高橋美和子・町田恵子●著
B5判　195頁+別冊解答46頁　CD1枚付　2,800円+税〔978-4-88319-476-6〕

### 日本語初級1大地　文型説明と翻訳
〈英語版〉〈中国語版〉〈韓国語版〉〈ベトナム語版〉
山﨑佳子・石井怜子・佐々木薫・高橋美和子・町田恵子●著　B5判　162頁　2,000円+税
英語版〔978-4-88319-477-3〕　　中国語版〔978-4-88319-503-9〕
韓国語版〔978-4-88319-504-6〕　ベトナム語版〔978-4-88319-749-1〕

### 日本語初級1大地　基礎問題集
土井みつる●著　B5判　60頁+別冊解答12頁　900円+税〔978-4-88319-495-7〕

### 日本語初級1大地　漢字学習帳〈英語版〉
中西家栄子・武田明子●著　B5判　123頁　1,400円+税〔978-4-88319-674-6〕

### 文法まとめリスニング 初級1―日本語初級1 大地準拠―
佐々木薫・西川悦子・大谷みどり●著
B5判　53頁+別冊解答42頁　CD2枚付　2,200円+税〔978-4-88319-754-5〕

### 日本語初級1大地　教師用ガイド「教え方」と「文型説明」
山﨑佳子・佐々木薫・高橋美和子・町田恵子●著
B5判　183頁　CD-ROM1枚付　2,800円+税〔978-4-88319-551-0〕

■初級2

### 日本語初級2大地　メインテキスト
山﨑佳子・石井怜子・佐々木薫・高橋美和子・町田恵子●著
B5判　187頁+別冊解答44頁　CD1枚付　2,800円+税〔978-4-88319-507-7〕

### 日本語初級2大地　文型説明と翻訳
〈英語版〉〈中国語版〉〈韓国語版〉〈ベトナム語版〉
山﨑佳子・石井怜子・佐々木薫・高橋美和子・町田恵子●著　B5判　156頁　2,000円+税
英語版〔978-4-88319-521-3〕　　中国語版〔978-4-88319-530-5〕
韓国語版〔978-4-88319-531-2〕　ベトナム語版〔978-4-88319-759-0〕

### 日本語初級2大地　基礎問題集
土井みつる●著　B5判　56頁+別冊解答11頁　900円+税〔978-4-88319-524-4〕

### 日本語初級2大地　漢字学習帳〈英語版〉
中西家栄子・武田明子●著　B5判　101頁　1,400円+税〔978-4-88319-684-5〕

### 日本語初級2大地　教師用ガイド「教え方」と「文型説明」
山﨑佳子・佐々木薫・高橋美和子・町田恵子●著
B5判　160頁　CD-ROM1枚付　2,800円+税〔978-4-88319-579-4〕

日本語学習教材の
スリーエーネットワーク

http://www.3anet.co.jp/
ウェブサイトで新刊や日本語セミナーを紹介しております
営業　TEL:03-5275-2722　　FAX:03-5275-2729